சாணக்கிய நீதி
என்னும்
அர்த்த சாஸ்திரம்

(சமூக நீதியுடன் அரசியல் நீதியும் இணைந்தது)

சி.எஸ்.தேவ்நாத்

'உலக முக்கிய மதங்களும் அவைகள் சொல்லும் உண்மைகளும்' நூலாசிரியர்

நர்மதா பதிப்பகம்

நல்ல நூல் வெளியீட்டாளர்கள்

10, நானா தெரு, (தி.நகர் தலைமை அஞ்சலகத்தை ஒட்டிய தெரு), பாண்டிபஜார், தியாகராய நகர், சென்னை - 600 017. ☎ 24334397

செல்லிடபேசிகள்: 98402 26661, 98409 32566, 99400 45044

வாசகர்களுக்கு

நல்ல நூல்களுக்காகத் தரப்படும் தொகை செலவல்ல, மூலதனம்! நமது சிறப்பான எதிர்கால வாழ்வுக்காகத் தரப்படும் Investment! ஐம்பது ரூபாய் புத்தகத்தில் ஆயுட்கால வாழ்க்கைக்கான யோசனைகள் நிறைந்திருக்கும்.

☐ பொழுதுபோக்கு, கேளிக்கைகளுக்காகச் செலவிடப்படும் தொகையில் சிறு பகுதியையாவது பயன் தரும் புத்தகங்களுக்காகச் செலவிடுங்கள். மிகுந்த நன்மை பெறுவீர்கள்!

☐ எங்களது இலவச விலைப்பட்டியலைப் பெற 50 காசு அஞ்சலட்டை மட்டும் எழுதுங்கள். உடன் எங்கள் செலவிலேயே அனுப்பி வைக்கிறோம்.

☐ தமிழகத்தின் எல்லா பிரபல புத்தகக் கடைகளிலும் நர்மதா நூல்கள் கிடைக்கின்றன. அவர்களிடமிருந்து (தபால் செலவின்றி) பெறலாம். தபாலில் அனுப்புவதற்கான கட்டணம் அதிகமாக உள்ள நிலையில் தங்கள் ஊர்ப் புத்தகக் கடையிலேயே பெறலாம். அவர்களையும் நல்ல நூல்கள் விற்க ஊக்குவிக்கலாம்!

எங்களது இமெயில் முகவரி : sales@narmadhapathipagam.com
எங்களது இணைய தளம் : www.narmadhapathipagam.com

Pages: 128
Price: Rs.70.00

❏ Saanakkia Needhi Enum Artha Sasthiram - The Maxims of Gowdilya - in Tamil by C.S. Devnath ❏ This Edition: September 2019 ❏ Published by T.S. Raamalingam, Narmadha Pathipagam, Chennai - 600 017 ❏ D.T.P. Execution at: M/s. Star Graphics, Chennai - 600 017 ❏ Printed at: M/s. Vishal Enterprises, Chennai - 600 026 ❏

பொருளடக்கம்

சமூகநீதி

		பக்க எண்
1.	கடவுள்	9
2.	தர்மம்	10
3.	செயலின் விளைவு	11
4.	அதிர்ஷ்டம்	11
5.	சுயத்தை அறிதல்	12
6.	உண்மை	12
7.	ஊழ்	13
8.	விடுதலை	13
9.	சமாதி	13
10.	வைராக்கியம்	14
11.	உயிர்	14
12.	அமைதி	14
13.	திடமான நோக்கம்	14
14.	கட்டுப்பாடு	15
15.	ஒரே வழி	15
16.	யார் எவர்?	15
17.	தானமும் தர்மமும்	16
18.	பாத்திர மறிந்து	16
19.	தாய் - மேலான தெய்வம்	17
20.	தந்தை - ஒரு வழிகாட்டி	17
21.	தகுதியான பிள்ளை	18
22.	தகுதியற்ற பிள்ளை	18
23.	மனைவி	19
24.	பெண்	19
25.	பெற்றோர்கள்	21
26.	உறவுகள்	21
27.	வீடு	22
28.	பண்டிதன்	22
29.	குரு	22

		பக்க எண்
30.	உயர்குடியில் பிறந்தவர்	22
31.	உண்மையான அழகு	23
32.	உண்மையான நண்பன்	23
33.	இன்பங்களும், மகிழ்ச்சியும்	24
34.	துயரம்	25
35.	அறிவு அல்லது கல்வி	26
36.	மாணவன்	26
37.	நற்பண்பு	27
38.	விவேகம்	28
39.	உயர்ந்த மனிதன்	28
40.	நல்லாரிணக்கம்	31
41.	வீண்முயற்சி	36
42.	தீயவர்கள்	36
43.	சகிக்க முடியாத நபர்கள்	37
44.	சந்தோஷம்	37
45.	தீயகுணம்	37
46.	நடைமுறை விவேகம்	38
47.	விசுவாசம்	39
48.	முதன்மையான கடமை	40
49.	பொதுக்கருத்துக்கள்	45
50.	யாரிடம் எதைக் கற்பது?	57
51.	சிங்கத்திடம் இருந்து	58
52.	நாரையிடம் இருந்து	58
53.	சேவலிடம் இருந்து	59
54.	காக்கையிடம் இருந்து	59
55.	நாயிடம் இருந்து	59
56.	கழுதையிடம் இருந்து	59
57.	யாரை எப்படி கட்டுப்படுத்துவது?	60
58.	இன்னும் சில..	60

ராஜநீதி

		பக்க எண்
59.	ஒழுங்கு செய்தல்	68
60.	ராஜ குரு	70
61.	உளவு ஸ்தாபனம்	71
62.	ஆலோசனை சபை	72
63.	பிரதி நிதிக்குழு	73
64.	இளவரசர்களின் பாதுகாப்பு	74
65.	அரசனின் கடமைகள்	76
66.	அரண்மனையும், அந்தப்புரமும்	77
67.	அரசனின் சொந்தப் பாதுகாப்பு	79
68.	அரசு மேலதிகாரிகளின் கடமைகள்	81
69.	பொக்கிஷதாரர்	83
70.	வரிவசூல் தலைமை அதிகாரி	84
71.	கணக்குகளைப் பராமரித்தல்	85
72.	சுரங்க அதிகாரி	86
73.	நாணய சாலைக் கண்காணிப்பு	87
74.	கடற்செல்வக் கண்காணிப்பு	87
75.	தங்கக் கண்காணிப்பாளர்	87
76.	கிடங்குக் கண்காணிப்பாளர்	88
77.	வர்த்தக மேலதிகாரி	89
78.	காட்டில் விளையும் பொருட்கள்	90
79.	ஆயுதசாலை அதிகாரி	90
80.	அளவை, நிறுவை	91
81.	கால அளவுகள்	92
82.	தீர்வை அதிகாரி	93
83.	நெசவுத்துறை அதிகாரி	94
84.	விவசாயத்துறை மேலதிகாரி	95
85.	மதுபானத்துறை அதிகாரி	97
86.	கசாப்புக்களம்	98
87.	விலைமாதர்கள்	99
88.	கப்பல்களுக்கான அதிகாரி	102

		பக்க எண்
89.	பசுக்களைப் பராமரித்தல்	104
90.	குதிரைகள்	105
91.	யானைகள்	106
92.	ரதங்கள், தரைப்படை அதிகாரிகள்	107
93.	வரிவசூல் அதிகாரிகள்	108
94.	நகரக் கண்காணிப்பாளர்	109
95.	தர்ம நியாயங்கள்	111
96.	திருமணம் பற்றியது	112
97.	பெண்ணின் சொத்துரிமை	112
98.	ஆண்களின் மறுமணம்	113
99.	மனைவியின் கடமைகள்	114
100.	இதர தண்டனைகள்	115
101.	சொத்துரிமை	116
102.	பிரத்யேக சொத்துரிமை	117
103.	வேறுபடும் மைந்தர்கள்	117
104.	அசையாச் சொத்துக்கள்	118
105.	கட்டிட விற்பனை	119
106.	கடனை திரும்பப் பெறுதல்	120
107.	தொழிலாளர் தொடர்பான விதிகள்	120
108.	விற்பனை தொடர்பாக	121
109.	கொள்ளையிடுதல்	121
110.	அவதூறு	122
111.	தாக்குதல்	122
112.	திடீர் மரணம்	123
113.	சிறையில்	124
114.	அங்கஹீனம் செய்தல்	124
115.	மரண தண்டனை	125
116.	வெற்றிமுகம்	126
117.	படையெடுப்பு	127
118.	அபாயங்கள்	128

சாணக்கியர் யார்?

'கௌடில்யர்' என்றால் சிலருக்குத் தெரியும். சாணக்கியர் என்றால் உலகுக்கே தெரியும்.

சாணக்கியர்! இது சரித்திரம் போற்றும் பெயர். உலக ராஜ தந்திரிகள் வரிசையில் முதலிடம் இவருக்கு. இவருடைய கால கட்டம் கி.மு.321-296 ஆகும். வாழ்க்கை நெறிகளைப் போதிப்பதில் அன்றைய மகாப்ாரதத்துடன் ஒப்பிடக்கூடிய அர்த்த சாஸ்த்ரம். இன்றைய இந்திய பீனல் கோடுடன் ஒப்பிட்டு வியக்கலாம்.

'எடுத்த காரியத்தை முடிக்க வேண்டும், இலக்கை அடைய வேண்டும்' கௌடில்யரைப் பொறுத்தவரை இதுவே அதிமுக்கியம்.

அவர் ஒரு இரும்பு மனிதனாகத் தோன்றினார். அவருக்குள் அனேக திட்டங்கள், ஆயிரம் தந்திரங்கள். அவருடைய கடினசித்தம் வரலாற்று ஆராய்ச்சி செய்கிறவர்களை பிரமிக்கச் செய்வதாகும்.

'வாழ்க்கையின் அர்த்தமே செல்வங்களைத் தேடிக் கொள்வதில் தான் இருக்கிறது. எல்லாக் காரியத்துக்கும் பணம்

வேண்டும். கஜானாவில் கவனம் வையுங்கள்' இது சாணக்கியர் என்கிற கௌடில்யரின் கருத்து.

திட்டமிடுவதிலும் அதை நிறைவேற்றுவதிலும் அவர் மேற்கத்திய மாக்கியவல்லி நிக்கோலோவைத்தான் நமக்கு நினைவுபடுத்துகிறார்.

ஒரு சாம்ராஜ்யத்தை உருவாக்கவும். அதனை வலுப்படுத்தவும் அவர் மேற்கொண்ட முயற்சிகளை இன்றைய அரசியல் தலைவர்கள் சிந்திக்க வேண்டும். அரசியலில் இதுவரை தாங்கள் அறிந்திராத பரிமாணங்களை அவர்கள் கண்டு கொள்வார்கள்.

கௌடில்யர் (சாணக்கியர்) தர்மத்தை விட சட்டம் பெரிது என்பதை உறுதிப்படுத்தினார். மதகுருவைவிட மன்னனுக்கே அதிக முக்கியத்துவம் அளித்தார்.

இந்திய அரசியல்களத்தில் அவருடைய வருகை மனித சக்தியை மகத்தானதாக்கிற்று என்றுதான் சொல்லவேண்டும்.

இந்தியர்கள் ஊழ்வினைக் கொள்கையில் நம்பிக்கை வைத்திருந்தனர். எல்லாம் விதிப்படி நடக்கும் என்று சோம்பிக் கிடந்தனர்.

அந்நிலையில் அலக்ஸாண்டர் போன்ற மாவீரர்களுக்கு இந்தியாவை நாம் வசப்படுத்திக் கொண்டால் என்ற எண்ணம். அந்த எண்ணத்தின் விளைவுதான் அந்நியப் படையெடுப்புகள். கௌடில்யரின் கண்முன்பாகவே காந்தாரம் போன்ற அரசுகள் வீழ்ந்தன.

'அலக்ஸாண்டரை எதிர்க்க ஆயுதங்கள் போதாது, இந்திய மனங்களில் ஒரு புதிய எழுச்சி தேவை' என்பதை உணர்ந்தார் அவர். ஆர்யவர்த்தத்தை கைப்பற்றும் ஆசை ஒரு

நூறுவருஷத்துக்கு எவருக்குமே வராதபடி அமைந்தது அவரது ராஜதந்திரங்கள். கௌடில்யர் அரசனை மட்டும் உருவாக்கவில்லை, அரசு நிர்வாகத்தையே ஒரு கலையாக உருவாக்கிக் காட்டினார்.

அரசன், அமைச்சர்கள், அதிகாரிகள் ஆற்றவேண்டிய கடமைகளை அவர் அழகாக விவரிக்கிறார் அர்த்த சாஸ்த்திரத்தில், மனித வாழ்வின் எந்த அம்சத்தையும் அவர் தொடவே செய்தார். எல்லாத்துறைகளிலும் அவருடைய அபிப்ராயங்கள் திடமானவை, நழுவல்கிடையாது.

நல்லது நிலைக்கவேண்டுமென்றால் தீமையை தீமையால் அழிக்க வேண்டும் என்பதில் அவர் உறுதியாயிருந்தார். குற்றங்களுக்குத் தண்டனை பற்றி அவர் குறிப்பிடுவதெல்லாம் நமக்கு கொடூரமாய்த் தோன்றலாம். ஒரு ஈவிரக்கமற்ற அரக்கராகக் கூட அவர் நமது கண்ணுக்குத் தெரியலாம். ஆனால் இந்நூலைப் படித்து முடித்து கீழே வைக்கும்போது அவர் ஒரு நியாயமான ஆள் என்பதை ஒப்புக் கொள்வீர்கள். நியாயம் தழைக்க வேண்டும் என்கிற ஆர்வம் அவருக்கிருந்தது இந்த நூல் நெடுகிலும் காணக்கிடக்கிறது.

அப்பாவிகள் தர்மத்துக்குப்பயந்தார்கள். அறிவாளிகள் சட்டத்துக்குப் பயந்தார்கள். எல்லாருக்குள்ளும் தப்பு செய்வதுபற்றி ஒரு பயம் இருக்க வேண்டும். அப்போதுதான் நெறிமுறைகள் காக்கப்படும். வாழ்க்கை பாதுகாப்பாக இருக்கமுடியும்.

இந்நூலில் சாணக்கியரின் சமூகநீதி, ராஜநீதி இரண்டும் இடம் பெற்றுள்ளன.

சமூகநீதி போதிப்பது, ராஜநீதி சாதிப்பது, இரண்டிலும் அவருடைய தொலைநோக்கு இருக்கிறது. அது இன்றைய வாழ்க்கை முறையை ஊடுருவி, இன்னும் அநேக யுகங்களுக்கு தொடருவதாய் அமைந்தது.

- ஆசிரியர்.

சமூகநீதி

தனிநபர் வாழ்வில்

சாணக்கிய நீதி என்பது வாழ்க்கையின் ஒவ்வொரு அம்சத்தைப்பற்றிய அறிவையும் நமக்கு வழங்குவதாகும். ஒரு தனி நபரின் யதார்த்த நோக்கில் மதம், பண்பாடு போன்ற அனைத்து விஷயங்களையும் சாணக்கியர் சொல்லி இருக்கிறார். இன்றைய நடைமுறை வாழ்க்கைக்கும் ஒத்துப் போகிற கருத்துக்கள் அவருடையவை. எக்காலத்துக்கும் பொருந்தும் வண்ணம் அவர் சொல்லி இருப்பது அவருடைய அறிவு தீட்சண்யத்தையும், தொலை நோக்கையும் காட்டுகிறது. அத்துடன் காலத்தால் அழியாத எந்த ஒன்றும் நாம் கடைப்பிடிக்கத் தக்கது என்பதையும் உணர்த்துகிறது.

1
கடவுள்

பூவில் வாசம்போல், எண்ணெய்வித்துக்களில் எண்ணெய் போல், விறகில் நெருப்பைப்போல், பாலில் நெய்யைப்போல், கரும்பில் சர்க்கரையைப்போல் கடவுள் நமது சரீரத்தில் உறைகிறார். புத்திசாலியானவன் இதனை உணரக்கடவன்.

கடவுள் மரத்தாலான, கல்லாலான, மண்ணாலான சிலைகளில் மட்டும் வாசம் செய்யவில்லை. அவர் நம்முடைய

உணர்வில் இருக்கிறார். எண்ணத்தில் இருக்கிறார். இருக்கிறார். கடவுள் சிலைகளில் இருப்பதை இந்த உணர்வைக் கொண்டுதான் எண்ணிக்கொள்கிறோம்.

வேள்வியும், நிவேதனமும் இல்லாமல் வேதம் படிப்பது, தானதருமம் இல்லாத வேள்வியைப்போல் பயனற்றது ஆகும். காரியத்தில் வெற்றியை எதிர்பார்க்கிறவர் உணர்வோடும் முழுமையான ஈடுபாட்டோடும் முயலவேண்டும்.

மரத்திலோ, கல்லிலோ, உலோகத்திலோ செய்யப்பட்ட சிலையாயினும் அதனை உணர்வோடு வழிபடுகிறபோது, அது ஒருவருக்கு வேண்டியதைக் கொடுக்கும்.

பிரமன் அக்னி வடிவாக இருக்கிறான்.

மதிநுட்பம் உடையவர்கள் தங்கள் இதயத்தில் கடவுளைக் காண்கிறார்கள். குறைவான மதி உடையவர்களோ கடவுள் சிலை வடிவில் இருப்பதாக எண்ணிக் கொள்கிறார்கள். உலகத்தை பாரபட்சமின்றிப் பார்க்கிறவர்களுக்கு, கடவுள் உலகெங்கும் வியாபித்திருக்கிறார்.

கலியுகத்தின் பத்தாயிரம் ஆண்டுகளும் கழிந்தபிறகு ஹரிபகவான் (விஷ்ணு) மண்ணுலகைவிட்டு நீங்குகிறார். கங்காதேவி கலியுகத்தின் பாதியிலேயே (ஐயாயிரம் ஆண்டுகளில்) தன்னுடைய கைகளை பின்னுக்கிழுத்துக் கொள்வாள். கலியுகத்தில் கால்பங்கு முடிந்ததும் கிராமதேவதைகள் இந்த மண்ணுலகைவிட்டு நீங்கும்.

2

தர்மம்

வாழ்க்கையின் அனைத்தும் (ஜீவன், சரீரம், செல்வம்) மாறக்கூடியவை. தர்மம் மட்டுமே அழியாமல் நிலைத்திருக்கும்.

மரணம் துரத்துகிறபோது ஆற்றலும், செல்வமும் அடிபட்டுப்போகும். தர்மம் ஒன்றே தாங்கி நிற்கும்.

தர்மத்தைச் சார்ந்திருப்பவன் செத்த பின்பும் வாழ்கிறான். தர்மசிந்தையற்றவனோ வாழும்போதே செத்தவன்தான்.

3

செயலின் விளைவு

மந்தையில் இருக்கும் ஆயிரம் பசுக்களில் தாய்ப்பசுவை கன்று அடையாளம் கண்டு கொள்கிறது. செயலின் விளைவும் அப்படித்தான் செய்தவனிடம் தேடிவந்து சேருகிறது. தனது செயலின் விளைவில் இருந்து எவனும் தப்ப முடியாது.

மனிதன் ஒரு காரியத்தை தானே செய்கிறான், அதன் பலனையும் தானே அனுபவிக்கிறான்.

மனிதன் எதை விதைக்கிறானோ அதையே அறுவடை செய்கிறான் என்றாலும் காரியம் விவேகத்தைக் கட்டுப்படுத்துகிறது. ஒருவன் எத்தனை திறமையோடும், புத்திசாலித்தனத்தோடும் செயல்பட்டாலும் முற்பிறவியில் செய்ததற்கான பலன்களை (நல்லதும் கெட்டதும்) இப்பிறவியில் அனுபவித்துத்தான் ஆகவேண்டும்.

வறுமை, நோய், துன்பம், பந்தம் மற்றும் காமாதிகள் ஒருவனுடைய பாவம் என்கிற மரத்தில் பழுத்த கனிகள் ஆகும்.

4

அதிர்ஷ்டம் அல்லது விதி

ஒருவனுடைய ஆயுள், கல்வி, தொழில், செல்வநிலை போவும் அவன் கருவில் இருக்கும்போதே விதிக்கப்பட்டவை ஆகும்.

விதிதான் அரசனை ஆண்டியாக்குகிறது, ஆண்டியை அரசனாக்குகிறது. செல்வந்தன் திவால் ஆகிறான், திவாலானவன் செல்வந்தனாகிறான்.

பட்டமரம் துளிர்க்கவில்லை என்பதற்காக வசந்த காலத்தின் மீது குற்றம் சொல்ல முடியுமா? ஆந்தைக்குப் பகலில் கண்தெரியாது போனால் அது சூரியனின் குற்றமா? சாதகப் பறவையின் வாயில் மழைத்துளி விழவில்லை என்றால் அதற்கு மேகத்தின் மீதா பழிபோட முடியும்? தலை எழுத்து என்று போடப்பட்ட விதியை யார்தான் மாற்றமுடியும்?

விரும்புகிற எல்லாவற்றையுமே அடைந்தவன் யார்? அவனவனுக்கும் விதிக்கப்பட்டதே கிடைக்கிறது. ஆக, எல்லாருமே தங்களுக்குக் கிடைத்ததில் திருப்திப்பட வேண்டியவர்களாகவே இருக்கிறார்கள்.

5
சுயத்தை அறிதல்

காம இச்சை போன்று கடுமையான பிணி வேறெதுவும் இல்லை. தீயபழக்கங்களை விட அபாயகரமான எதிரி கிடையாது. கோபத்தைக் காட்டிலும் சுடுகின்ற நெருப்பு இல்லை. சுயத்தை அறிவதை விட மகிழ்ச்சி அளிக்கிற காரியம் எது?

6
உண்மை

சத்தியந்தான் உலகை நிலை நிறுத்தி இருக்கிறது. அதனாலல்லவா காற்று வீசுகிறது, சூரியன் பிரகாசிக்கிறது! அது வாழ்க்கையில் ஒவ்வொன்றையும் உறுதிப்படுத்துகிறது.

7

ஊழ் அல்லது தலைஎழுத்து

எல்லாம் ஊழின்படியே அமைகிறது. மனித வாழ்வில் தலைஎழுத்துக்குத்தான் அதிகாரம். அது சரியாக இருந்தால் அவன் நல்ல பலன்களை அடைகிறான். சூழ்நிலையும் அதற்கு உகந்த விதமாக அமையும்.

8

விடுதலை (மோட்சம்)

நீ உண்மையிலேயே உனது ஆன்மாவின் விடுதலையை விரும்பினால், சிற்றின்பக் கவர்ச்சிகளை விட்டுவிடு. மன்னிக்கிற குணமும், பரிவும், உண்மையும், மேலோரிடம் வைக்கிற அன்பும் (பக்தியும்), நடத்தையில் நேர்மையும் இன்னபிற பண்புகளும் மனித வாழ்விற்கு அமுதம் போன்றவை.

கெட்டதுகளில் சந்தோஷிப்பது பந்தம். பந்தம் என்றாலே தளை. வேண்டாம் என்று தள்ளிவிட்டால் விடுதலை அதுமோட்சம். மனம்தான் ஒருவனை பந்தப்படுத்துகிறது அல்லது விடுவிக்கிறது.

9

சமாதி (தியானம்)

கடவுளை அறிதலும், கடவுள் தொடர்பும் மாயையின் பாற்பட்ட அகந்தையைக் கரைத்துவிடும். அகந்தையை விட்டவனால் விரும்பிய இடத்தில், விரும்பிய நேரத்தில் தியானிக்க முடியும்.

10
வைராக்கியம்

மயான பூமிக்குச் சென்று வந்தவனும், பிணியுற்றவர்களைப் பற்றி எண்ணிப்பார்க்கிறவனும், புனிதமான கதைகளைக் கேட்பவனும் லவுகீக உலகை (Temporal world) வெறுக்கவே செய்வான். லோகாயதத்தில் வெறுப்பு வந்ததும் அவன் தளைகளில் இருந்து விடுபட்டவனாகிறான்.

11
உயிர்

பூவில் மணத்தைப் போலும், எண்ணெய் வித்துக்களில் எண்ணெயைப்போலும், விறகில் நெருப்பைப்போலும், பாலில் நெய்யைப்போலும், கரும்பில் சர்க்கரையைப் போலும் உடம்பில் உயிர்இருப்பதை கண்டுகொள்ளுங்கள்.

12
அமைதி

தன்னுடைய உணவை நிதானமாக உண்கிறவன் விண்ணுலகில் ஆயிரம்காலத்துக்கு வாழும் கவுரதையை அடைகிறான்.

13
திடமான நோக்கம்

விரும்பிய பொருள் அல்லது போய்ச்சேரவேண்டிய இடம் வெகுதொலைவில் இருந்தாலும் மனஉறுதி உள்ளவன் அதனை அடைந்தே தீருவான். திடமான நோக்கம் உடையவனுக்கு சாத்தியமாகாதது எதுவுமில்லை.

14
கட்டுப்பாடு

அறிவாளி தனது கீழ்த்தரமான இச்சைகளுக்குத் தடைவிதித்துக் கொள்கிறான். அப்போதுதான் காலத்துக்கும், இடத்துக்கும் தக்கவாறு தன்னுடைய வலிமையை அவன் மதிப்பீடு செய்து கொள்ள முடிகிறது. அதன்பிறகு காரியபூர்த்தி அவனுக்கு எளிதாகிறது.

15
ஒரே வழி

நீ இந்த உலகம் முழுவதையும் வெற்றிகொள்ள விரும்பினால், ஒரேவழி மற்றவர்களைப் பற்றி இழிவாகப் பேசாமல் உனது நாவைக் கட்டுப்படுத்திக் கொள்வதுதான்.

16
யார் எவர்?

கோபம் எமன். காமம் நரகம். அறிவே காமதேனு. திருப்திதான் நந்தவனம்.

அமைதிகாக்க செய்யப்படும் ஒரு செயலைவிட தவம் மேலானதாகிவிடாது. திருப்தியில் கிடைக்கிற ஒன்றைவிட மேம்பட்ட சந்தோஷம் இருக்கமுடியாது. பேராசையைவிட கெடுதலான நோய் வேறொன்றில்லை. எல்லாரிடமும் கருணை காட்டுவதை விட உயர்ந்த தர்மம் கிடையாது.

அனைத்துயிர்கட்கும் அன்பு செய்கிற இதயம் உடையவன் எந்த அறிவையும் தேடிப்பெறுகிற அவசியமில்லை, மோட்சத்தையுந்தான். ஒரு சாமியாரைப்போல் உடம்பெங்கும் திருநீறு பூசிக்கொள்கிற சிரத்தையும் தேவையில்லை.

17
தானமும், தர்மமும்

உயர்ந்த மனிதர்கள் தாம் படைத்த உணவுப் பொருட்களையும், செல்வத்தையும் அடுத்தவருக்கு தானம் செய்யவேண்டும். அவற்றை பதுக்கி வைத்துக் கொள்வது முறையாகாது. மகாபாரதப்புகழ் கர்ணனும், பலி என்கிற அரசனும் தங்களுடைய தியாகத்தினாலும், தயாள குணத்தினாலும் மாசற்ற புகழ் படைத்திருக்கிறார்கள். இதனைக் கூறும் போது, ஒரு உண்மையை சாணக்கியர் உருவகப்படுத்துகிறார்.

தேனீக்கள் தாங்கள் சேகரிக்கிற தேனை தாங்களும் உண்பதில்லை, அடுத்தவருக்கும் கொடுப்பதில்லை.

யாரோ ஒருவன் அந்தத் தேனை எடுத்துச் சென்றதும், தேனீக்கள் ஏமாற்றத்துடன் தரையில் விழுந்து தங்கள் கால்களை தேய்த்துக் கொள்கின்றன. துயருற்றவர்க்கும், கற்றவர்க்கும் வெகுமதி செய்கிறவன் தானளித்த கொடையைப் போல் பலமடங்கு பெறுகிறான்.

18
பாத்திரமறிந்து...

வெகுமதியும், தானமும் வேள்வியில் ஆகுதி செய்யப்படுகிற பொருட்களும் பயனளிப்பது கொஞ்ச காலந்தான். ஆனால், தகுதியறிந்து கொடுக்கும் கொடையானது எக்காலும் நிலைத்திருக்கும்.

ஒருவன் தன்னுடைய மனைவி, உணவு, செல்வம் இம்மூன்றிலும் திருப்தியுற்றவனாய் இருக்கவேண்டும். ஆனால் ஒருபோதும் தன்னுடைய படிப்பிலோ, தவத்திலோ தானத்திலோ திருப்தியுற்று விடக்கூடாது (பெருந்தன்மையோடு கொடு என்பதை வலியுறுத்த வந்தது)

2. சமூகத்தில்

19
தாய் - மேலானதெய்வம்

தண்ணீரையும், தான்யத்தையும் விட சிறந்த கொடை எது? (எதுவும் இல்லை). துவாதசியை விட சிறந்த நாளெது, காயத்ரியை விட சிறந்த மந்திரம் எது? தாயைவிட சிறந்த தெய்வம் எது?

அரசனின் மனைவி, குருவின் மனைவி, நண்பனின் மனைவி, மனைவியின் தாய், தன்னுடைய தாய் - ஆகிய இவர்கள் ஐவரும் தாயின் அந்தஸ்துக்குத் தக்கவர்கள்.

20
தந்தை - ஒரு வழிகாட்டி

உன்னைப் பெற்றவனும், உனக்கு நாமகரணம் (உபநயனமும்) செய்வித்தவனும், கல்வியறிவை வழங்கியவனும், உணவளித்தவனும், ஆபத்துகளில் இருந்து உன்னைக் காத்தவனும் ஆகிய இவர்கள் ஐவரும் தந்தையின் அந்தஸ்தில் வைத்து எண்ணத்தக்கவர்கள்.

அறிவுள்ள தந்தையானவன் தன்னுடைய மகனை நானாவிதத்திலும் சான்றோனாக்க வேண்டும். நல்ல பழக்க வழக்கங்களையும், நற்பண்பையும், நல்லறிவையும் அவனுக்கு போதிக்க வேண்டும்.

ஏன் தெரியுமா? உயர்வான பிள்ளைகள்தாம் தங்கள் குடும்பத்திலும் பெருமை சேர்க்கமுடியும். அவர்கள் தங்களுடைய சகாக்களிடமும், அக்கம்பக்கத்தினரிடமும் பாராட்டுதலைப் பெறுகிறார்கள்.

உங்களுடைய பிள்ளைகளை அவர்களுடைய ஐந்தாவது வயதுவரையில் பிரியமாக வளர்க்கவேண்டும். அதன்பிறகு அடுத்த பத்தாண்டுகளுக்கு கண்டிப்போடு நடத்த வேண்டும். பதினாறு வயதுக்கட்டத்தில் இருந்து அவர்களைத் தோழனாய் பாவிக்க வேண்டும்.

21
தகுதியான பிள்ளை

புத்திசாலித்தனமும் யோக்கியதையும் உடைய ஒரு பிள்ளைபோதும் குடும்பம் பெருமை அடைய. இரவை வசீகரப்படுத்த ஒற்றைநிலா போதுமானதாய் இருக்கிற தல்லவா.

நன்கு பூத்து, மணம் பரப்பும் ஒரு பூ போதும் தோட்டம் முழுவதற்கும் வாசமளிக்க. தகுதியான ஒரு பிள்ளை போதும் குடும்பம் புகழோடு விளங்க.

கவலையும், வருத்தமும் அளிக்கக்கூடிய பல பிள்ளைகளைப் பெற்று என்ன பயன்? குடும்பத்தைக் காப்பாற்றக் கூடிய ஒரு பிள்ளை போதுமே!

நூறு உதவாக்கரைகளைப் பெறுவதைவிட, தகுதியான ஒரு பிள்ளையைப் பெற்றால் போதும். இருளை விரட்டியடிக்க ஆயிரம் நட்சத்திரங்களால் முடிவதில்லை. ஆனால், ஒரேயொரு நிலவுக்கு அது சாத்தியமாகிவிடுகிறது.

22
தகுதியற்ற பிள்ளை

காய்ந்து போன ஒரு மரத்தில் தீப்பற்றிக் கொண்டால் தோப்பு முழுதும் எரிந்து போகிறது. அப்படித்தான் தகுதியற்ற பிள்ளையால் குடும்பம் பாழாகி விடுகிறது.

ஈனாமல், பால் கொடுக்காமல் நின்று விடுகிற பசுவால் என்ன லாபம்? படிப்பறிவோ, கடவுள் பக்தியோ இல்லாத மகனால் என்ன பிரயோசனம்?

முட்டாள்மகன் செத்துப்போனால் ஒருமுறைதான் துக்கம். அவன் உயிரோடிருந்தால் தன்னுடைய முட்டாள்தனமான காரியங்களால் ஒவ்வொரு கணத்தையும் துயரமானதாக்கி விடுவான். தகுதியற்ற பிள்ளை இருப்பதைவிட இறப்பதே நல்லது.

23

மனைவி

யார் பக்தி நிரம்பியவளாகவும், காரியத்தில் திறமை உடையவளாகவும் தன்னுடை கணவனுக்கு விசுவாசமானவளாகவும் இருக்கிறாளோ அவளே உண்மையான மனைவி. இலட்சிய மனைவி எப்படி இருப்பாள் என்று கேட்பவர்களுக்கு சாணக்கியரின் பதில் இது. தெய்வபக்தியும், காரியப் பாங்கும் உடையவளாய் கணவனிடம் அன்பாக, அவனுடைய நம்பிக்கைக்குப் பாத்திரமாகவும், உண்மையாகவும் பெண் இருக்க வேண்டும்.

கணவனுடைய அனுமதியின்றி ஒன்றைத் தீர்மானிக்கிற வள் அவனது ஆயுளுக்குக் குந்தகம் விளைவிக்கிறவளாவாள். அத்தகைய பெண்கள் நரகம்புகுவார்கள்.

24

பெண்

ஆணுடையதைக் காட்டிலும் பெண்ணின் பசி இருமடங்கும், வெட்கம் நான்கு மடங்கும், துணிச்சல் ஆறுமடங்கும், உடலுறவுக்கான வேட்கை எட்டுமடங்கும் அதிகம்.

பெண்ணிடம் பொய்மையும், துரோகமும், முட்டாள்தனமும், பேராசையும், குரூரமும், பாபத்தன்மை (impiety)யும் உண்டு. இவை அவளது இயல்பாயமைந்த சுபாவங்கள்.

செல்வம் தர்மத்தைக் காக்கிறது. யோகம் அறிவைக் காக்கிறது. மரியாதை அரசனைக் காக்கிறது. நல்ல பெண் குடும்பத்தைக் காக்கிறாள். தர்மத்தை பராமரிக்க பொருட்கள் வேண்டும். அந்தப் பொருட்களைத் தேட பணம் வேண்டும். இங்கு யோகம் என்று சாணக்கியர் குறிப்பிடுவது பிரயோகம் (Application). பிரயோகிக்கப்படாத அறிவு அழிந்துபடும். குடிமக்களை கனிவோடு நடத்துகிற அரசனுக்குத் தான் மரியாதை கிடைக்கிறது. கொடுங்கோல் மன்னனை யார் மதிப்பார்கள்?

தானம் செய்வதாலும், தலங்களுக்குச் சென்று வருவதாலும், நோன்பிருப்பதாலும் மட்டும் ஒரு பெண் பக்தி உடையவளாகி விடமாட்டாள்.

காமசிந்தை மிக்கவன் பெண் தன்னுடைய காலடியில் கிடப்பதாக நம்புகிறான். உண்மையில் அவனல்லவோ அவளது பாட்டுக்கு ஆடுகிறான், அவளுடைய கைப்பாவை ஆகிறான்.

ஒரு ஆடவனிடம் பேசிக்கொண்டு, இன்னொருவன்பால் கடைக்கண்பார்வை வீசிக்கொண்டு, இரகசியமாக மற்றொருவனைக் காதலிக்கிற லாகவத்தை பெண்கள் பெற்றிருக்கிறார்கள்.

அழகில்லாதவளாயினும் நற்குடிப்பிறந்த, கண்ணியமான பெண்ணை மணந்து கொள்ள அறிவாளி தயங்கமாட்டான். கண்ணியமற்ற குடும்பத்தில் பிறந்தவளை எத்தனை பேரழகியாயினும் அவன் மணக்கமாட்டான். அந்தஸ்தில் சமதையான குடும்பங்களிடையே நிகழும் திருமணந்தான் நிலைத்திருக்கும்.

நஞ்சில் இருந்து அமுதம் கிடைக்குமென்றால் அதை எடுக்கத் தயங்காதே. சாக்கடையில் விழுந்துவிட்டதே என்று தங்கத்தை உதறிவிடாதே. கடைப்பட்டவனிடம் இருந்து நல்லவிஷயம் பெற முடிந்தால் ஏற்றுக்கொள். தாழ்ந்த குடும்பத்தில் பிறந்தவளாயினும் அவள் நல்ல பெண்ணாக இருந்தால் ஏற்றுக் கொள்ளலாம்.

முதலில் உயர்குடிப் பிறப்புக்கு முக்கியத்துவம் கொடுத்து, அடுத்த சுலோகத்தில் குணத்துக்கு முக்கியத்துவம் கொடுத்திருக்கிறார் சாணக்கியர். இவை முரண்பாடான கருத்துக்கள் என்பதை நாம் மறுத்தற்கில்லை. சமூகப்பார்வை அப்படி.

25
பெற்றோர்கள்

தங்கள் மகனுக்கு நல்ல கல்வியை வழங்குவதில் அக்கறை காட்டாத பெற்றோர் அவனுக்குப் பகைவரேயன்றி வேறென்ன? படித்தவர் நடுவே படிக்காத ஒருவன் பொருந்துவது இல்லை. அன்னப்பறவைகளிடையே ஒரு காக்கையைப்போல் அவன் தெரிவான்.

தன்பிள்ளைகளுக்குக் கடனை மட்டுமே வைத்திருக்கும் தந்தை, ஒழுக்கமற்றதாய், ரொம்பவும் அழகான மனைவி, முட்டாளான மகன் - இவர்கள் அனைவருமே பகைவர்களாய் கருதத்தக்கவர் தாம்.

26
உறவுகள்

தந்தையிடம் ஈடுபாடு வைத்திருக்கிறவனே உண்மையான மகன். தனது மகனை நல்லவிதமாக கவனித்துக் கொள்கிறவனே உண்மையான தந்தை. நம்பிக்கைக்கு

உரியவனே உண்மையான நண்பன். கணவனின் இதயத்துக்கு மகிழ்ச்சியளிக்கிறவளே உண்மையான மனைவி.

27
வீடு

நற்பண்புகளுடைய வீட்டுத்தலைவி, உதாரகுணமுள்ள மகன், அவனுடைய மகன் (பேரன்), போதிய செல்வம் இருக்கிற வீட்டுடன் ஒப்பிடும்போது மிகச்சிறந்த இன்பங்களும் வெற்றாகி (Hollow) விடும்.

28
பண்டிதன்

எங்கே, எப்போது பேசவேண்டும் என்று அறிந்தவன், மக்கள் மீது செல்வாக்கு செலுத்துகிறவன், கோபத்தையும், பிரியத்தையும் எந்த அளவில் எப்படி வெளிப்படுத்துவது என்று தெரிந்து வைத்திருப்பவன் பண்டிதன்.

29
குரு

பல்வேறு சமூகத்தைச் சேர்ந்தவருக்கும் கடவுள் குரு. பத்தினிக்குக் கணவன் குரு, வீட்டிலுள்ளவர்களுக்கு விருந்தாளி குரு. (மிக்கமரியாதைக்குரியவர் என்ற அர்த்தத்தில் குருவிளக்கம் அமைந்திருப்பதாக நம்பலாம்)

30
உயர்குடியில் பிறந்தவர்

உயர்ந்த குடியில் பிறந்தவன் தனது கடைசி மூச்சுவரை அடுத்தவரை ஏமாற்றமாட்டான், அடுத்தவருக்குக் குழிபறிக்க மாட்டான். அரசர்கள் அப்படிப்பட்டவர்களைத்தான் தங்களது அவையில் வைத்துக் கொள்வார்கள்.

சந்தன மரத்தை துண்டுதுண்டாக வெட்டினாலும் அதன் வாசம் துளிக்கூட குறையாது. முதுமையுற்றபோதும் யானை தனது திடச்செயல்களை விட்டுவிடாது. ஆலையிலிட்டுப் பிழிந்தாலும் கரும்பின் இனிமை கெடாது. அவ்விதமாகவே உயர்குடிப் பிறந்தவன் துன்பம் வந்த காலத்தும் தன்னுடைய உயர்ந்த குணத்தையும், பண்பான நடத்தையையும் விட்டு விடமாட்டான்.

தட்டியும், தேய்த்தும், வெட்டியும், சூடேற்றியும் தங்கத்தை சோதித்தறிவார்கள். அவ்வாறே மனிதனும் அவனுடைய தியாகம், ஒழுங்கான நடத்தை, இயற்கைப் பண்புகள் மற்றும் அவனது காரியங்கள் மூலம் சோதித்தறியப்படுகிறான்.

31
உண்மையான அழகு

கைகளின் அழகு கொடுக்கின்ற தானத்தில் இருக்கிறது, அணிகின்ற ஆபரணத்தில் அல்ல. உடம்பின் தூய்மை குளிப்பதால் வருவது, சந்தனம் போன்ற நறுமணப்பூச்சினால் அல்ல. ஒருவன் திருப்தி அடைவது உட்கொள்கிற ஆகாரத்தில் அல்ல, கிடைக்கிற மரியாதையில்தான். மோட்சத்தை அறிவால் பெறமுடியும், தன்னை அலங்கரித்துக் கொள்வதால் அல்ல.

(மோட்சம் என்கிற நிலை விருப்பங்களை விடுவதாகும். ஆனால், அலங்காரம் என்பதோ விருப்பங்களை திருப்தி செய்கிற முயற்சி).

32
உண்மையான நண்பன்

யார் உன்னுடன் ஆனந்தத்திலும், துயரத்திலும், வறட்சியிலும், எதிரிகளால் ஆபத்து ஏற்படும்போதும் துணை

நிற்கிறானோ, அரசவைக்கும், மயான பூமிக்கும் உன்னோடு வருகிறானோ அவனே உண்மையான நண்பன்.

வீட்டுக்கப்பால், அன்னியமண்ணில் திக்கற்றவனாய் விடப்படும்போது ஒருவனுடைய அறிவே அவனுக்கு உற்ற நண்பனாகும். நோய்ப்படுக்கையில் மருந்துகளும், மரணத்துக்குப்பின் அவனுடைய தர்மமும் சிறந்த நண்பனாகும்.

33
இன்பங்களும், மகிழ்ச்சியும்

ஒருவன் தன்னிடமுள்ள பொருள்களில் திருப்தி அடைகிறவனாகவும், கீழ்ப்படிதலுள்ள மகனைப் பெற்றவனாகவும், வேதநெறிகளைக் கடைப்பிடிக்கிற பக்தையை மனைவியாகக் கொண்டவனாகவும் இருந்தால் அவனுடைய வாழ்க்கை சொர்க்க போகத்துக்கு ஒப்பானதாகும்.

நல்ல உணவோடு அது செரிப்பதற்கான சக்தி, அழகான பெண்ணுடன் அவளை அனுபவிப்பதற்கான வீர்யம், செல்வங்கள் பெற்று இருப்பதுடன் ஏனையோர்க்கும் பகிர்ந்தளிக்கிற திறமை இவை அனைத்தும் ஒருவனுடைய தவத்தின் பலனாகும்.

பொருட் செல்வத்திலும், சரீர சுகத்திலும் ஆசை வைக்கிறவர்களுக்கு மெய்யான மகிழ்ச்சியும், சந்தோஷமும் கிடைப்பதில்லை.

கட்டுப்படுத்த முடியாத காம இச்சை மிகவும் கொடிய நோயாகும். கோபம் மோசமான நெருப்பாகும். சுயம் பற்றிய அறிவே மிக உயர்ந்த மகிழ்ச்சியளிப்பது.

34

துயரம்

பிரியமானவர்களைப் பிரிந்திருப்பது, சொந்த மனிதர்களால் அவமதிக்கப்படுவது, கொடுபடாத கடன், கொடூரமான அரசனிடம் பணிபுரிவது,வறுமை, நேர்மையற்றவர்களின் கூட்டுறவு இவையெல்லாம் நெருப்பிடப்படாமலே உடம்பை எரித்துவிடும்.

தீயவர்கள் வாழும் ஊரில் வசிப்பது, கீழ்மையான குடும்பத்தினரிடம் பணிபுரிவது, வளர்ச்சிக்குதவாத உணவு, முட்டாள்தனமான பிள்ளைகள், விதவையான மகள் இவையெல்லாம் நெருப்பிடப்படாமலே உடம்பை எரித்துவிடும்.

முதுமைக்காலத்தில் மனைவியின் இழப்பு, பங்காளிகள் கட்டுப்பாட்டில் நிதிவிவகாரம், அன்றாட உணவுக்கு அடுத்தவரை சார்ந்திருப்பது இவையெல்லாம் ஒருவருடைய வாழ்க்கையில் துயரத்துக்குக் காரணமாகிவிடும்.

தன்னுடைய முட்டாள்தனமும், கட்டுக்கடங்காத இளமைவேகமும் துயரமளிப்பதாயினும் அதைவிட பெரிய துயரம் அடுத்தவர் வீட்டில் நிர்பந்தமாகத் தங்கநேரிடுவது.

வனத்தில் இருந்தாலும், மக்களிடையே வாழ்ந்தாலும் மனஉறுதியற்றவன் மகிழ்ச்சி அடைகிறதில்லை. அவன் தனிமையில் இருக்கும்போது மனித சகவாசத்துக்கு ஏங்குவான், கூட்டத்தில் இருக்கும்போது ஏகாந்தநிலை கிடைக்காதா என்று ஏங்குவான்.

இம்மை (Mundane)க்குரிய கடமைகளில் காலத்தைச் செலவிட்டுக் களைத்துப்போனவனுக்கு தன்னுடைய மனைவி, மக்களோடு தங்கி இருந்தால் அல்லது உதாரகுணமுடையவர்கள் நட்பில் இருந்தால் நிம்மதி.

35
அறிவு அல்லது கல்வி

கம்பீரமான தோற்றம், அழகு, கவர்ச்சி, உயர்குடிப்பிறப்பு எல்லாமிருந்தும் படிப்பறிவு இல்லாது போனால் அவன் உதவாக்கரைதான்.

கல்வியறிவு என்பது காமதேனு மாதிரி. மிக மோசமான காலத்திலும் பல நல்லதுகளை செய்யக்கூடியது. அந்நிய மண்ணில் ஆதரவற்று நிற்கும்போது தாய்போல் காக்கும்.

கல்லாதவனின் வாழ்க்கை நாயின் வால்போன்றது (எதற்கும் உதவாது).

கற்றறிந்தவன் எல்லாரிடமும் பாராட்டு பெறுகிறான். சமூகத்தில் நற்பெயரை சம்பாதித்துக் கொள்கிறான். கல்வி இருந்தால் வாழ்க்கையில் விரும்பிய அனைத்தையும் அடையமுடியும். அது எங்குமே போற்றப்படுகிறது.

36
மாணவன்

படிக்கிறகாலத்தில் ஒருவன் சுகங்களுக்கு ஆசைப்படக் கூடாது. சுகங்களுக்கு ஆசைப்படுகிறவனால் படிக்க முடியாது. அவன் படிப்பையும், சுகத்தையும் ஒரே நேரத்தில் அடைவதற்கில்லை.

கல்வியில் தேர்ச்சி பெற விரும்புகிறவன் எட்டு காரியங்களை விட்டுவிட வேண்டி இருக்கும். உடலுறவு, நாவின்திருப்தி, கோபம், பேராசை, அழகுபடுத்திக் கொள்வது, களியாட்டம், அதிநித்திரை, எதையும் மிதமிஞ்சி அனுபவிப்பது என்கிற எட்டு காரியங்கள். (கல்வி கற்கிறவன் கடுமையான நெறிமுறிகளைக் கடைப்பிடித்து தவம் செய்கிறவனின் நிலையில் இருக்கிறான்).

தண்ணீர் வேண்டுகிறவன் மண்வெட்டி கொண்டு தரையை ஆழத் தோண்டுகிற மாதிரி மாணவன் குருவிடம் இருந்து அறிவைப்பெற முயற்சிக்க வேண்டும். (மண்ணுக்கடியில் இருந்து நீரைப்பெறுவது எளிதான காரியமல்ல. அதற்குக் கடின உழைப்பு தேவை. குருவிடமிருந்து அறிவைப்பெற எண்ணுகிறவனும் அவ்வாறே விடாமுயற்சியுடன் உழைக்கவேண்டும்.

குருவிற்கு மரியாதை செய்யாதவன் நூறுபிறவிகளில் நாயாய்பிறப்பான். பிறகு மனிதனாய் பிறந்து கடைப்பட்ட வாழ்க்கை நடத்துவான்.

குருவின் அருளால் அறிவைப்பெறாமல், புத்தகங்கள் மூலம் பெற முயற்சிக்கிறவன், முறையற்ற உறவில் கருத்தரித்த பெண்ணுக்குச்சமம். (குருவின் உபதேசமின்றிப் பெறுகிற எதுவும் அறிவாகாது என்பது குரு - சிஷ்ய பாரம்பர்யத்தில் நம்பிக்கைவைத்த சாணக்கியரின் கருத்து. அப்படியான அறிவு அரைகுறையானது. கெடுதல் செய்வது என்பதையே இந்த சுலோகத்தின் மூலம் அவர் உறுதிப்படுத்துகிறார்).

செல்வமில்லாதவன் உண்மையில் ஏழை அல்ல. அவன் ஒரு நாள் செல்வந்தனாகக் கூடும். ஆனால், கல்வியறிவு இல்லாதவன் எல்லா விதத்திலும் ஏழைதான்.

37

நற்பண்பு - நல்லொழுக்கம்

மூன்றாம் பிறையின் முக்கியத்துவம் முழுநிலவிற்கில்லை. நற்பண்பிற்குரிய மரியாதை செல்வத்துக்குக் கிடையாது.

ஏராள வசதிகள் படைத்திருந்தாலும் ஒழுக்கமில்லாதவனை யார் மதிக்கிறார்கள்? களங்கமுள்ள முழுநிலவை யார் தொழுகிறார்கள்?

தங்கத்தில் பதித்த வைரம்மாதிரி புத்திசாலியின் நல்லொழுக்கம் பொலிவு பெறுகிறது.

சத்தியமே தாய், அறிவே தந்தை, தர்மம் சகோதரன், கருணை தோழன் அமைதியே மனைவி, மன்னிக்கும் மாண்பே மகன். இந்த ஆறுபண்புகளுந்தான் உண்மையான உறவு. மற்றவை எல்லாம் பொய்யானவை.

நறுமணமிக்க தாழம்பூ நாகங்களுக்கு உறைவிடமாய் இருந்தாலும், அதன் உடல் முழுக்க முட்களை போர்த்திக் கொண்டு இருந்தாலும், அத்தனை சுலபத்தில் அடைதற்கியலாததாயினும் எல்லாருக்கும் அது அருமையான ஒன்று. காரணம் அந்தப்பூவின் இனிய வாசம். ஒரு நல்ல பண்பின் ஒளியில் மற்ற குறைபாடுகள் மங்கிப்போகும்.

ஒருவனுக்கு கம்பீரத்தை வழங்குவது உயர்ந்த பதவி அல்ல, அவனுடைய நல்ல பண்புதான். அரண்மனை உச்சியில் அமர்ந்தாலும் காக்கை கருடனாகிவிடாது.

38
விவேகம்

விவேகமற்றவனுக்கு வேதங்களால் என்ன செய்ய முடியும்? பார்வையற்றவன் கையில் முகம்பார்க்கும் கண்ணாடி இருந்து என்ன பயன்?

விவேகம் இல்லாதவனுக்கு உபதேசிக்கப்படுகிற எல்லாமே வீண்தான். சந்தனக்காட்டில் முளைத்தாலும் மூங்கில் சந்தன மரமாகிவிடாது.

39
உயர்ந்த மனிதன்

எதைச் செய்யலாம், எதைச் செய்யக்கூடாது எது தர்மம், எது தர்மமில்லை, எது அனுகூலமானது, எது கெட்டது என்று

அறிந்தவனே உண்மையில் உயர்ந்தவன்.

உயர்ந்த மனிதர்கள் அனைவரும் எடுத்துக்காட்டான ஒரு குணத்தைப் பெற்றிருக்கிறார்கள். அவர்கள் செல்வத்துக்கு முக்கியத்துவம் கொடுப்பதில்லை. ஆனால், தாங்கள் செல்வந்தர்களாகிவிட்டால் மிகவும் பணிவுள்ளவர்களாகி விடுகிறார்கள். அடக்கத்தின் சிறப்பை உணர்ந்தவர்கள் அவர்கள்.

கனிவான மொழி, கடவுள் வழிபாடு, அந்தணரை திருப்தி செய்தல், தானமளித்தல் ஆகிய நான்கு பண்புகளை உடையவன் உயர்ந்தவன்.

இமயம் இடம் பெயரலாம், ஏழுகடலும் கலவரப்படலாம் ஆனால் உயர்ந்த மனிதர்கள் தங்கள் பாதையிலிருந்து விலகுவதில்லை.

சமார்த்தியமுள்ளவன் கையில் கிடைத்தால் உபயோகமற்ற பொருளும் உபயோகமாகிறது. சாமர்த்தியம் இல்லாதவன் கையில் கிடைக்கிற விலைமதிப்பற்ற பொருளும் தகுதியற்றதாகிவிடுகிறது.

பகவான் சங்கரர் நாகத்தை ஆபரணமாகப் பூண்டார். ராகு (ஒரு அசுரன்) அமிர்தத்தை உண்டாலும் சிரமிழந்து போனான். (தேவரும், அசுரரும் பாற்கடலைக் கடைந்தபேது வெளிப்பட்ட நஞ்சை பகவான் விழுங்கினான். அது உலக நன்மைக்காக அவன் செய்தகாரியம். அந்த நஞ்சு அவனுடைய தொண்டையோடு நின்று விட்டது. நஞ்சின் தீவிரத் தன்மையால் தொண்டை நீலமாயிற்று. அவன் நீலகண்டன் என்றழைக்கப்பட்டான். கடலில் இருந்து அமிர்தம் வெளிப்பட்டபோது தேவர்களும், அசுரர்களும் அந்த அமிர்தத்தை தாங்களே அடைய வேண்டும் என்பதற்காகப் போரிட்டார்கள். அப்போது விஷ்ணுவானவர் அழகிய மோகினி உருவெடுத்து தேவர்களுக்கு அமிர்தத்தைப்

பரிமாறலானார். அந்நிலையில் ராகு என்கிற அசுரன் தானும் தேவ உருக்கொண்டு தேவர்களுடைய பந்தியில் அமர்ந்தான். தந்திரமாக அமிர்தத்தை வாங்கி உண்டான். சூரியனும், சந்திரனும் அவனது தந்திரத்தை விஷ்ணுவிடம் சொல்ல அவர் தன்னுடைய சக்ரத்தால் அவனுடைய தலையைக் கொய்து விட்டார். ஆனாலும் அமிர்தத்தை உண்டதால் அவன் சாகவில்லை. தலைப்பகுதி ராகுவாகவும், உடற்பகுதி கேதுவாகவும் தனித்தனியே இயங்கலாயிற்று).

அதமர்கள் செல்வத்தையும், மத்திமர்கள் செல்வத்தோடு மரியாதையையும் சம்பாதிக்க விரும்புகிறார்கள். உத்தமர்கள் மரியாதையில் மட்டுமே அக்கறை காட்டுகிறார்கள். உயர்ந்த மனிதர்களின் உண்மையான பொக்கிஷம் மரியாதைமட்டுந்தான்.

உயர்ந்த மனிதர்கள் தங்களுடைய காலை நேரத்தை சூதாட்டத்திலும் மாலைப்பொழுதை பெண்களுடனும், இரவை திருடர்களுடனும் கழிக்கிறார்கள் என்றால் திகைப்பாக இருக்கும். மேலோட்டமாக படிக்கிறவருக்கு சாணக்கியரின் சுலோகம் அவ்வாறு குறிப்பிடுவதாகத் தெரியும்.

ஆனால், மதிநுட்பம் வாய்ந்த சாணக்கியரோ மகத்தான அர்த்தத்தில் அதனைச் சொல்லி இருக்கிறார். உயர்ந்தமனிதர்கள் காலையில் பாரதம் படிக்கிறார்கள். அது தருமரின் சூதாட்ட மயக்கத்தால் விளைந்ததைச் சொல்கிற நூலாகும். மாலையில் அவர்கள் இராமாயணம் படிக்கிறார்கள். அது சீதையின் மீது இராவணன் மையல்கொண்டு சீரழிந்ததைச் சொல்வதாகும். இரவில் ஸ்ரீ கிருஷ்ண பரமாத்மாவைப் பற்றிப் படிக்கிறார்கள். கோகுலத்தில் வளர்ந்த கிருஷ்ணன் வெண்ணெய் உண்ட கள்வன் மட்டுமல்ல, கோபிகையரின் உள்ளம் கவர்ந்த கள்வனுமாவான்.

உயர்ந்த மனிதர்கள் காலத்தை வறிதே கழிக்காது, நல்ல விஷயங்களைத் தெரிந்து கொள்வதில் செலவழிக்கிறார்கள்.

அவர்களிடம் அறிவின் தேடல் எப்போதும் இருக்கவே செய்கிறது.

40
நல்லாரிணக்கம்

மீனும், ஆமையும், பறவையும் தத்தமது சிசுக்களை பார்த்தும், தொட்டும், கவனித்து வளர்ப்பதுபோல நல்லார் நட்பு மரியாதையுடன் இருக்கும்.

உலகம் என்கிற மரத்தில் இரண்டு விதமான கனிகள். ஒன்று கனிவான பேச்சு; மற்றொன்று நல்லார் நட்பு.

மகான்கள் புனிதத்தலங்களுக்கு ஒப்பாவார். என்ன ஒரு வித்தியாசம் மகானை சந்தித்தால் உடனே புண்ணிய பலன் கிடைத்துவிடுகிறது. புனிதத்தலத்துக்குப் போய் வருகிறவர்களுக்கு கொஞ்சகாலம் கழித்தே அந்தப் பலன் கிடைக்கிறது.

ஒரு நல்ல நட்பு கொடியவருடைய இயல்பில் உயர்ந்த கொள்கைகளைத் தோற்றுவிக்கும். ஆனால் தீயநட்பு நல்லவருடைய இயல்பில் தீய விஷயங்களைத் தோற்றுவிக்கமுடியாது. பூவின் வாசத்தை மண் ஏற்கிறது. ஆனால், மண்ணின் வீச்சத்தை பூமணம் தாங்கிக் கொள்ள மறுக்கிறது.

ஒருவர் - சிங்கத்தின் குகைக்குள் சென்றால் யானையின் மத்தகத்தில் இருந்து தெறித்த முத்து கிடைக்கலாம். ஆனால் நரியின் குகைக்குள் சென்றால் என்ன கிடைக்கமுடியும். கன்றின்வால் அல்லது கழுதையின் தோல்தான் அங்கே கிடக்கும் (உதாரகுணமுடையவர் உறவில் சிறந்த பயன்களைப் பெறலாகும். கீழ்மைப்பட்டவர் கூட்டுறவில் கடைப்பட்ட பொருள்கள்தான் கிடைக்கவியலும்).

மோசமான நாட்களை கருத்தில் கொண்டு ஒருவன் சேமித்து வைக்கவேண்டும். அதற்காகப் பணம் உள்ளவர்களை துயரம் தீண்டாது என்பதில்லை. திடசித்தம் இல்லாதவனின் செல்வம் ஒரு நொடிப்பொழுதில் அழிந்துபோகிறது.

எங்கே மூடர்கள் மரியாதை செய்யப்படுவதில்லையோ, எங்கே உண்ணக்கூடிய பொருட்கள் அபரிமிதமாகக் கிடைக்கிறதோ, எங்கே கணவன் மனைவி ஒருவருக்கொருவர் சண்டையிட்டுக் கொள்ளமால் இருக்கிறார்களோ அந்த வீட்டுக்கு அதிர்ஷ்டம் (லட்சுமி கடாட்சம்) தானாகவே வந்து சேர்கிறது.

பணம் இருப்பவனுக்குப் பலபேர் நண்பர்களாகி விடுகிறார்கள். பலபேர் உறவினராகிவிடுகிறார்கள். அவனை ஒரு சிறந்த மனிதனாக, பண்டிதனாக மற்றவர்கள் கருதத் தொடங்குகிறார்கள்.

தேங்கிய தண்ணீர் அசுத்தமடையும், ஓடுகிற தண்ணீர் சுத்தமாக இருக்கும். சேமித்த செல்வத்தில் ஒரு பகுதியை தர்மம் செய்தால்தான் மீதமுள்ளது பாதுகாப்பாக இருக்கும்.

செல்வத்தை நற்பண்பு உடையவர்களுக்குக் கொடுங்கள். பண்பற்றவர்க்கும், தேவைப்படாதவருக்கும் வழங்காதீர்கள், கடல் நீரை முகந்து செல்லும் மேகங்கள் பிறகு அதனை இனியதாக்கி, பூமியில் உள்ள உயிர்களின் ஜீவிதத்திற்காக பூமியின் மீது பொழிகிறது. அந்த நீர் கடலிலும் சென்று கலக்கிறது. கடலில் இருந்து தான் பெற்றதைவிட பல மடங்கு நீரை மேகம் திருப்பிக் கொடுத்துவிடுகிறது. (பண்புள்ளவர்கள் தாங்கள் பெற்றதை பலமடங்காகப் பெருக்கி சமூகம் பயனடையும் வண்ணம் கொடுக்கிறார்கள். இதனையே கடல் - மேக உவமேயத்தில் சாணக்கியர் விளக்கியது)

உலோபியைப்போல் பணத்தைக்குவிப்பதும், ஊதாரியைப்போல் செலவிடுவதும் பயனற்ற காரியம். முட்டாளின் செல்வத்தை கீழ்மக்கள் அனுபவிக்கிறார்கள்,

பலரின் கைப்பாவையாகும் விலைமாதின் நிலைதான் அதற்கு ஏற்படுகிறது.

அழுக்கேறிய ஆடை உடுத்துகிறவனை, பழுப்பேறிய பற்கள் உடையவனை, அளவின்றி உண்கிறவனை, கடுஞ்சொல் பேசுகிறவனை, கதிரவன் எழுந்து வெகு நேரமாகியும் கண் விழிக்காதவனை விட்டு செல்வமும், செழிப்பும் நீங்கிவிடும்.

சோம்பேறியின் கைக்கு செல்வம் வருவதில்லை. அப்படியே வந்தாலும் நிலைப்பதில்லை. சுத்தமும், சுறுசுறுப்பும் உடையவனிடம்தான் செல்வம் சேரும்.

அடுத்தவரை வருத்தத்துக்குள்ளாக்கி பொருள் தேடக்கூடாது. நியாயவிரோதமான இழிசெயல்கள் மூலமோ, மதத்தூஷணை செய்தோ பொருள் தேடக்கூடாது. (தற்காலத்துக் கொப்ப சொல்வதாயின் கறுப்புப்பணம். கடத்தல் வியாபாரத்திலும் சம்பாதித்தது போன்றவை நியாய விரோதமான சம்பாதனை ஆகும்.

பிள்ளையில்லாதவனுடைய வீடு சூன்யமாகும். சொந்த சகோதரனை இழந்தவனுக்கு உலகின் எல்லா மூலைகளும் சூன்யந்தான். முட்டாளுக்கு அவனுடைய இதயம் சூன்யமானது. ஏழைக்கு எல்லாமே சூன்யந்தான். (நம்பிக்கை இழக்கிற நிலைதான் சூன்யம். மகவில்லாதவனுக்கு வாழ்க்கை சுவாரஸ்ய மற்றதாகும். உடன் பிறப்பு இல்லாதவனுக்கு தான் ஆதரவற்றுப் போய்விட்டதாகப்படும். நிகழ்காலத்தில் எந்தத் தொழிலும், எதிர்காலம் பற்றிய எந்தத் திட்டமும் முட்டாளுக்குக் கிடையாது.

சிறுத்தைப்புலிகளும், யானைகளும் நிறைந்திருக்கிற காட்டில் தங்குவது விவேகமற்ற செயலாகும். காட்டுப் பழங்களைத் தின்று கொண்டு, அசுத்தநீரை குடித்துக் கொண்டு மரத்தடியில் இருக்கும்படியாகும். மரத்தின் பட்டைகளை ஆடையாய் உடுத்து, புற்களைப படுக்கையாக்கி உறங்க

வேண்டி இருக்கும். ஆனால், பரம ஏழையாகித் தனது உறவினர்களிடையே வாழ்வதைவிட அது ஒன்றும் அத்தனை மோசமானதல்ல.

எதிர்காலத்தில் நேரிடக்கூடிய இடையூறுகளை அறிந்து மதிநுட்பத்தோடு இருப்பவன் மகிழ்ச்சி அடைகிறான். இந்நிலைக்கு மாறாக ஒருவன் வரக்கூடிய நற்காலத்தை எதிர்பார்த்து, செயல்படாதிருப்பானாயின் அவன் தன்னுடைய வாழ்வை தானே நாசப்படுத்திக் கொண்டவனாகிறான். (விதியின் மீது நம்பிக்கை வைத்திருக்கிறவனைவிட, தொலை நோக்கு உடையவன் இடையூறுகளை திறம்பட சமாளிக்கிறான்)

முட்டாகளுடனான தொடர்பை விடவேண்டும். அவர்களை இரண்டுகால் விலங்குகளாகக் கருத வேணடும். காரணம், அவர்கள் தங்கள் வார்த்தைகளால் நம்மை கொட்டி (Sting) விடுவார்கள்.

இறைச்சி உண்கிறவனும், மது அருந்துகிறவனும், முட்டாளும் மனிதவடிவில் மிருகமாவர். அவர்களுடைய பாரம் தாங்காது பூமாதேவி வருத்தமுறுவாள். (எது நல்லது, எது கெடுதலானது என்று விலங்குகளுக்குத் தெரியாது. இந்த மூவகையினருக்கும் தெரியாது. எனவே தான் சாணக்கியர் இவர்களை விலங்குடன் வைத்தது. நல்லது கெட்டதை பிரித்தறியும் ஆற்றல் உள்ளவன்தான் மனிதன்).

ஏ நரியே! உன் கைகள் எந்த ஒரு தானமும் செய்ததில்லை, காதுகள் அறிவார்ந்த பேச்சுகளைக் கேட்டதில்லை, கண்கள் ஒரு மகானைத் தரிசிக்கும் பாக்கியம் பெற்றதில்லை. பாதங்கள் புனிதத்தலம் எதையும் நாடிச் சென்றதில்லை. உன் வயிறு மட்டும் சட்ட விரோதமாய், நியாயமற்ற விதத்தில் சம்பாதித்த உணவை நிரப்பிக் கொண்டிருக்கிறது. எனினும், உன் தலைமட்டும் ஏனோ ஆணவத்தில் நிமிர்ந்திருக்கிறது.

ஒன்றுக்கும் உதவாத இந்த உடம்பை விட்டு ஏன் நீ விலகக்கூடாது!

(சாணக்கியர் இங்கு நரியென்றது ஆணவம் மிக்க மனிதனைத்தான்)

ஏ நண்பனே! இந்த நகரத்தில் யார் பெரியவர்? பனைமரங்களா? யார் பெருந்தன்மையுள்ள மனிதன்? அழுக்குத் துணிகளை அடித்து உலர்த்துகிற சலவைத் தொழிலாளியா? இங்கே யார் புத்திசாலி? அடுத்தவன் சொத்தை, மனைவியை அபகரிக்கிறவனா? பிறகு எப்படி இந்த ஊரில் ஜீவித்திருப்பாய்? சாக்கடையில் வசிக்கிற பூச்சி போலவா.

மனிதர்கள் உட்பட எல்லா உயிரினங்களுக்கும் உணவு, உறக்கம், உடலுறவு தேவை. பய உணர்வு எல்லாருக்கும் பொதுவாக உள்ளது. ஆனால் பகுத்தறியும் சக்தி மனிதனுக்கு மட்டுமே சொந்தமாகும். பகுத்தறிவில்லாதவன் விலங்குக்குச் சமம். (பசித்த போது உண்டு, களைத்தபோது உறங்கி, நினைத்தபோது கலவிசெய்து, இனம்புரியாதவற்றுக் கெல்லாம் பயந்து வாழ்வது அனைத்து உயிரினங்களிடமும் காணப்படுவதுதான். அறிவுடைமை என்பது மனிதனுக்கு மட்டுமே உரியது).

அறிவு, தயாள குணம், திடமான நோக்கம், பண்பு, நம்பிக்கை இல்லாதவர்கள் இந்த மண்ணுக்கு பாரம்.

வாழ்க்கையில் ஒரு மனிதனுக்கு நான்கு இலட்சியங்கள் இருக்கவேண்டும். தான் உண்மையெனக் கருதுவதில் நம்பிக்கை, வாழ்க்கைக்கு அர்த்தமளிக்கிற செல்வம், இச்சைகளைப் பூர்த்தி செய்து கொள்வது, தேவைகளில் திருப்தி என்கிற நான்கு. இந்த இலட்சியங்கள் இல்லாதவன் பிறவி எடுப்பது இறப்பதற்காக மட்டுமே.

ஒருவன் சில உன்னதமான காரியங்களைச் செய்து குறைந்த காலமே வாழ்ந்தாலும் உலகம் அவனுக்கு நல்வரவு கூறும். நூறாண்டுகளுக்குமேல் வாழ்ந்தாலும் சுற்றி இருப்பவர்களுக்கு கேடு செய்பவனாயின் அவன் வரவேற்கப்படுவதில்லை.

ஸ்ரீ கிருஷ்ணபகவானின் பாதக்கமலங்களில் பிரேமை வைக்காமல், பகவானின் மனைவியாகிய ராதையிடம் பக்தி கொள்ளாமல், பகவானுடைய லீலாவினோதங்களை காதுகுளிரக் கேட்காமல் இருப்பவன் தன்னுடைய வாழ்க்கையை வீணடித்துக் கொண்டவனாகிறான்.

நற்பண்புடையவன் வாழ்கிறான், தன்னுடைய தர்மத்தில் பிடிப்புள்ளவன் வாழ்கிறான். பண்போ, தர்மமோ இல்லாதவன் உயிர் வாழ்வது வியர்த்தமே.

41
வீண் முயற்சி

வேதங்களைப் பற்றியும், ஒருவரின் புலமை பற்றியும் உதார குணம்பற்றியும், அமைதியை விரும்புகிற மனிதனைப் பற்றியும் ஒருவன் இழிவாகப் பேச முற்படுவது வீணான முயற்சி.

42
தீயவர்கள்

ஒரு தீயவனோடு ஒப்பிடுகிறபோது பாம்பு செய்கிற தீங்கு குறைவுதான். பாம்பு எப்போதுமா கடிக்கிறது. எப்போதாவது ஒரு முறைதான். தீயவனோ ஒவ்வொரு கட்டத்திலும், ஏன் ஒவ்வொரு அடி எடுத்து வைக்கும்போதும் கொத்திக் கொண்டே இருப்பான். ஆக, பாம்பைவிட தீயவன் பல மடங்கு ஆபத்தை விளைவிக்கிறவன் ஆவான்.

அர்த்த சாஸ்திரம்

பாம்புக்குப் பல்லில் விஷம், ஈக்குத் தலையில் விஷம், தேளுக்கு வாலில் விஷம். தீயவனுக்கோ அவனது உடம்பு முழுக்க விஷந்தான். ஆக தீயவனிடம் இருந்து நம்மைப்பாதுகாத்துக் கொள்வது ரொம்ப முக்கியம்.

43
சசிக்கமுடியாத நபர்கள்

உக்கிரமான சுபாவம், கசப்பான பேச்சு, வறுமை, சொந்த மனிதர்களிடையே துவேஷம், அயோக்கியர்களுடன் சகவாசம் உள்ளவர்கள் அவர்களைச் சுற்றி உள்ளவர்களால் சகித்துக் கொள்ள முடியாத ஆத்மாக்கள்.

44
சந்தோஷம்

அந்தணர்கள் உணவில் திருப்தி அடைகிறார்கள். மயில்கள் இடியோசையில் மகிழ்ச்சி அடைகின்றன. உதார குணம் உடையவர்கள் அடுத்தவர் சவுகர்யத்தையும், தீயவர்கள் அடுத்தவரின் துயரத்தையும் கண்டு சந்தோஷிக்கிறார்கள்.

45
தீயகுணம்

எந்த ஒரு உபதேசமும் தீயவனை நல்லவனாக்கி விடுவதில்லை. பாலும் நெய்யுமாகப் பாய்ச்சினாலும் வேம்பின் கசப்பை மாற்ற முடியவதில்லை. (அவரவரின் அடிப்படை குணத்தை மாற்றமுடியாது)

தங்களுடைய வாழ்வின் கடைசிப்பொழுதுவரை தீயவர்களின் தீயகுணம் தொடரவே செய்யும். எட்டிக்காய் பழுத்தாலும் இன்சுவை பெறுவதில்லை.

அடுத்தவரின் சவுகர்யங்களைப் பார்த்துப் பார்த்து தீயவன் பொறாமைத் தீயில் வேகிறான். தன்னிடம் உள்ள தவறுகள் காரணமாக அவனால் முன்னேற முடிவதில்லை. அதனால் அடுத்தவரை ஏளனம் செய்யத் தொடங்கி விடுகிறான். அவனுடைய கொடிய சுபாவம் அடுத்தவர் வளர்ச்சியை ஒப்புக் கொள்ள மறுக்கிறது.

யானையிடம் இருந்து ஐந்நூறு அடி தள்ளியும், குதிரையிடம் இருந்து ஐம்பதடி தள்ளியும், கொம்புள்ள விலங்குகளிடம் இருந்து ஐந்தடி தள்ளியும் இருக்க வேண்டும். தீயவர்களிடம் இருந்து?

தீயவர்களையும், முட்களையும் சமாளிக்க இரண்டு வழிகள் தாம் உண்டு. ஒன்று அவர்களை நசுக்கிப் போடுவது அல்லது அவர்களுடைய தொடர்பை துண்டித்துக் கொள்வது. இரண்டிடமும் இரக்கம் காட்ட வேண்டாம்.

யானையை அங்குசத்தாலும், குதிரையை கைகளாலும், கொம்புள்ள மிருகங்களை கம்பு கொண்டும், தீயவர்களை கத்தி போன்ற ஆயுதங்களாலும் அடக்க வேண்டும்.

கடமையை கடமையாலும், வன்முயை வன்முறையாலும் தீமையை தீமையாலுந்தான் எதிர் கொள்ள வேண்டும். நியாயமற்ற மனிதர்களிடம் முறையின்றி நடந்து கொள்வது தவறாகிவிடாது.

46
நடைமுறை விவேகம்

மகளை நல்ல குடும்பத்தில் திருமணம் செய்து கொடுக்க வேண்டும். மகனை கல்வி கற்கச் செய்ய வேண்டும். நண்பனை நல்ல காரியங்களில் ஈடுபடுத்த வேண்டும். பகைவனை தீயகாரியங்களில் செலுத்த வேண்டும். இவை அவசியமான வேலை என்பது சாணக்கியர் கருத்து.

நேரம் எப்படி இருக்கிறது? யார் நண்பன்? இது என்ன வகையான மண், வருவாய் என்ன செலவு என்ன? நான் யார்? என்னுடைய வலிமை எவ்வளவு? ஆகிய கேள்விகளை ஒருவன் தனக்குத்தானே கேட்டுக் கொள்ளவேண்டும். (எந்தக் காரியத்திலும் ஈடுபடுவதற்கு முன் நம்முடைய நிலை என்ன என்பதை நுணுக்கமாக ஆராய்ந்து கொள்ள வேண்டும். நமது பலத்தை மட்டுமே மதிப்பீடு செய்து கொண்டு பலவீனத்தை கருத்தில் கொள்ளத் தவறுவதுதான் தோல்விக்குக் காரணம். ஒரு காரியத்தில் இறங்குவதற்குமுன் அதில் உள்ள சாதக, பாதகங்களை ஆராய்ந்து கொண்டால் வெற்றியை எதிர்பார்க்க முடியும்.

சொந்த மனிதர்களிடம் அன்பாகவும், அடுத்தவர்களிடம் இரக்கத்தோடும், தீயவர்களிடம் இரக்கமின்றியும், உதாரகுணம் உடையவர்களிடம் நேர்மையாகவும், முட்டாளிடம் அலட்சியமாகவும், பண்டிதர்களிடம் மரியாதையாகவும், பகைவனிடம் அஞ்சாமையோடும் குருவிடம் பணிவோடும். பெண்களிடம் மோக வசப்படாமலும் நடந்து கொள்கிறவனே சிறந்த மனிதன்.

47
விசுவாசம்

நீர் நிரம்பிய குளத்தில் அன்னப்பறவை தங்கி இருக்கும். குளம் வறண்டு போனால் அதை விட்டு நீங்கும். மனிதன் அவ்விதம் இருக்கக்கூடாது. அன்னத்தைப்போல் சுயநலமும் சந்தர்ப்பவாதமும் கூடாதென்பது சாணக்கியர் கருத்து. தன்னை ஆதரித்தவரின் உயர்வு தாழ்வுகளில் அவரை விட்டு அகலாதிருப்பதே நல்ல மனிதனுக்கு அடையாளம்.

48
முதன்மையான கடமை

ஒருவர் புண்ணியத்தையும், பணத்தையும், உணவுப் பண்டங்களையும், குருவின் உபதேசங்களையும், அரிய மூலிகைகளையும் சேகரித்துக் கொண்டே இருக்க வேண்டும். இல்லையேல் இங்கே நீடித்திருக்க முடியாது (மதத்தை சார்ந்திருப்பதும், மத நம்பிக்கை கொண்டிருப்பதும் ஆன்மலாபம் ஆகிவிடாது. நற்காரியங்கள் செய்வதன் மூலம் புண்ணியத்தை தேடிக் கொள்ள வேண்டும். உணவுப் பண்டங்கள் சேமிப்பில் கெட்டுப் போகாததாய் இருக்க வேண்டும். அந்தக் காலத்தில் மூலிகைகள் மட்டுமே மருந்துகள் தயாரிக்கப் பயன்பட்டிருக்கின்றன).

உயர்ந்தவர் நட்பை தேடிப் பெற வேண்டும். தீயவர் உறவைத் தவிர்க்க வேண்டும். எல்லாம் வல்ல இறைவனை ஒரு கணமும் மறவாது நல்ல காரியங்களை ஒருவர் செய்து கொண்டே இருக்க வேண்டும்.

கணக்கற்ற புனித நூல்கள், எல்லையற்ற கல்வித் துறைகள். ஆனால் மனித வாழ்க்கையோ மிகக்குறுகியது. அற்ப ஆயுள், அனேகதடைகள், பாலும் நீரும் கலந்திருந்தாலும் பகுத்துண்ணும் அன்னம் போல் கற்றவற்றில் நல்லதை கைக் கொண்டு (சாரத்தை) கெட்டதை (சக்கையை)த் தள்ளவேண்டும் (அறிவுக் கடலின் அகலத்தையும், ஆழத்தையும் அளவிட்டு உரைக்கவல்லவர் யார்? எதை ஏற்பது எதைப் புறக்கணிப்பது என்று அத்தனை சுலபத்தில் முடிவுகட்டிவிட இயலாது. கொஞ்சம் விவேகத்தை (discretion)ப் பயன்படுத்தினால் அது சாத்தியம்).

நாம் உற்றார் உறவினர்களை நேசிப்பதில் ஒன்றும் வியப்பில்லை. மற்றவர்களையும் நேசிக்க வேண்டும். அதுதான் உண்மையான அன்பு. விவேகம் ஒருவனை பாவம்

அர்த்த சாஸ்திரம்

(குற்றம்) செய்யவிடாமல் காக்கிறது. அறச்செயல்களில் ஈடுபடும்போது அகந்தை தலை காட்டக் கூடாது. அடுத்தவருக்கு நல்லது செய்யும்போது இதனை 'நாம் செய்கிறோம்' என்ற உணர்வு ஏற்பட்டுவிட்டால் புண்ணியம் அத்தோடு தொலைந்தது.

கடந்ததை எண்ணி வருந்தாதீர்கள், வரப்போவதை நினைத்து கவலைப்படாதீர்கள். புத்திசாலிகள் நிகழ்காலத்தில் மட்டுமே கவனம் வைக்கிறார்கள். வாழ்க்கையின் போக்கை அதற்கேற்ப வகைப்படுத்திக் கொள்கிறார்கள். (நிகழ் காலத்தைப் பற்றிய கவனம் எதிர்காலத்தையும் நேர்படுத்திவிடும். அறிவாளி தரையில் சிந்திய பாலுக்காக அழுது புலம்புவதில்லை).

அடுத்தவர்களிடம் பரிவு காட்டுகிறவர்களுக்கு பிரச்சனைகள் தானாகவே தீர்ந்துவிடும். ஒவ்வொரு முயற்சியிலும் அனுகூலம் அடைகிறார்கள் (இதே கருத்தை மகாபாரதத்தில் யுதிஷ்டிரர் சொல்கிறார், 'நீ அடுத்தவர் தேவையை கருத்தில் கொள்ளும்போது உன்னுடைய தேவையும் அதில் பூர்த்தி செய்யப்பட்டுவிடுகிறது').

மான் வேட்டையாடுகிற வேடன் அதைக் கொல்வதற்கு முன் இனியகுரலில் பாடுகிறான். விவசாயி விதைப்பதற்கு முன் நிலத்தைப் பண்படுத்துகிறான். நீ யாரிடமிருந்தேனும் ஆதாயத்தை எதிர்பார்த்தால் இனிமையாகப் பேசி காரியத்தை சாதித்துக்கொள்.

அரசனிடமும், நெருப்பினிடமும், குருவினிடமும், பெண்ணிடமும் ரொம்பவும் நெருங்கி இருக்கக் கூடாது. அது விபரீத பலனையே தரும். அதற்காக அவர்களை விட்டு விலகி வெகுதூரத்தில் இருப்பினும் நன்மை விளைந்துவிடாது. ஆக, இரண்டுக்கும் இடையிலான ஒரு நிலையை நாம் எடுக்க வேண்டும். அதாவது நீங்காமலும், நெருங்காமலும் இருக்கும் நிலை.

பொருள் ஒன்று, பார்வை வெவ்வேறு. ஒரு பெண்ணின் உடம்பைப் பார்க்கிற மூன்று ஆசாமிகளின் பார்வை அப்படித்தான் இருக்கிறது. காமஇச்சை கொண்ட தூர்த்தனுக்கு அந்த உடம்பு இச்சையை தீர்த்துக்கொள்ள உதவும் ஒரு வடிகால். யோகிக்கு அது ஆபாசமான, துர்நாற்றம் உள்ள சவம், நாய்களுக்கு ருசி மிகுந்த இறைச்சி.

பேராசைக் காரனுக்கு அடுத்தவர் குறைதான் பெரிதாகத் தெரியும்? புறங்கூறுகிறவனுக்கு பாவகாரியங்களில் என்ன கவலை?

சத்தியவானுக்கு நோன்பிலும், நெறிமுறைகளிலும் சிரத்தை எதற்காக? வஞ்சனையற்றவனுக்கு தீர்த்த யாத்திரையில் சிரத்தை தேவையா? பிரபலஸ்தனுக்கோ தன்னை அலங்கரித்துக் கொள்வதில் சிரத்தை. அது அவசியந்தானா? (சாணக்கியரின் வினா வடிவிலான இந்த ஸ்லோகம் சிந்திக்க வைப்பதாகும். அத்துடன் இன்றைய வாழ்க்கை முறைக்கும் பொருந்துவதாகும். பேராசைக்காரனுக்கு அடுத்தவர் குறைபாடுகள் பற்றிக் கவலையில்லை. தான் விரும்பியபொருளை அடைவதில் மட்டுமே அவனுக்குக் கவனம் இருக்கும். புறங்கூறுகிறவன் பாவகாரியங்களுக்கு அஞ்சமாட்டான். உண்மையும், நேர்மையும் உள்ளவன் விரதங்களை அனுஷ்டித்து தன்னை வருத்திக் கொள்ள வேண்டியதில்லை. முன்பே உடை தூய்மையாக இருப்பின் அதை வெளுக்கவேண்டிய அவசியம் என்ன? சூது வாது இல்லாதவன் எதற்காக புனிதத்தலங்களை நாடிப்போக வேண்டும்?)

ஆடை, ஆபரணங்களும் அழகு சாதனங்களும் மற்றவர்களுடைய கண்களைக் கவருவதற்குத்தானே. முன்பே பிராபல்யம் (Celebrity) உள்ளவனுக்கு அவை எல்லாம் தேவைப்படுவதில்லை. அவனுடைய புகழ் ஒன்றே போதும் மற்றவர்களை தன்பால் ஈர்த்துக் கொள்ள. (மகாத்மா காந்தி

மூன்றேமூன்று துண்டுத் துணிகளைத்தான் உடுத்திக் கொண்டிருந்தார். அவரைச் சுற்றி எத்தனையோ கோட், சூட் ஆசாமிகள். ஆனால், உலகின் கவனம் அந்தப் பக்கிரியின் மீதல்லவா படிந்திருந்தது).

எது விடுதலை (மோட்சம்) அளிக்கக் கூடியதோ அதுவே உண்மையான கல்வி. அப்படியிருக்க கல்விமான்கள் எதற்கு உலகப்பொருள்களில் ஆசைவைப்பது?

அரசன், விலைமாது, யமன், தீ, திருடன், பிச்சைக்காரன், குழந்தை, அடுத்தவர் சச்சரவில் ஆனந்திப்பவர் ஆக இந்த எட்டு வகையினரும் மற்றவர்களுடைய துன்பத்தை உணர்ந்து கொள்ள மாட்டார்கள். (அரசன் தனித்தனியே குடிமக்களின் துன்பங்களை ஆராய முற்பட்டால் ஆட்சி நடத்த முடியாது. ஒட்டுமொத்த மக்கள் நலனில்தான் அவன் கவனம் வைக்கமுடியும்.

விலைமாது தனது வாடிக்கையாளரின் சொந்தப் பிரச்சனைகளில் அக்கறை காட்டமாட்டாள்.

தான் அவனிடம் இருந்து எவ்வளவு பணம் கறக்க முடியும் என்பதிலேயே குறியாய் இருப்பாள். யமனுக்கு அடுத்தவர் பிரச்சனையில் என்ன அக்கறை? ஆயுள் முடிந்த உயிரைக் கொண்டு போவதுதானே அவனுடைய வேலை. யமனைப்போலவே நெருப்புக்கும் இன்னார், இனியவர் என்று கிடையாது. உயிரோடிப்பவரும், செத்தவரும் அதற்கு ஒன்றுதான். பிச்சைக்காரனுக்கு அவனுடைய சொந்தப் பிரச்சனைகளே பயமுறுத்திக் கொண்டிருக்கும்போது அடுத்தவரைப் பற்றி எங்கே நினைப்பது? திருடன் அடுத்தவருடைய சிரமத்தை மனதில் கொண்டால் அவன் தோற்கும்படி ஆகும். குழந்தையின் அறிவு விசாலமடையாத நிலையில் அடுத்தவர் கஷ்டம் அதற்கு எப்படித் தெரிய முடியும்? இவர்கள் அனைவரிலும் பார்க்க மோசம் அடுத்தவர்களிடையே சண்டை மூட்டி வேடிக்கை

பார்க்கிறவன்தான். அவன் அடைவது வக்கிரமான மகிழ்ச்சி).

புத்திசாலியானவன் கீழ்க்கண்ட தகவல்களை எப்போதும் ரகசியமாக வைத்திருக்க வேண்டும். பயனளிக்கக்கூடிய மருந்துகள், மதநம்பிக்கை, குடும்பத்தில் உள்ள குறைபாடுகள், பாலுறவு பற்றியது, தான் மட்டமான பொருள்களை வாங்கியது, தன் காதில் விழுந்த கெட்ட விஷயங்கள். மூலிகை ரகசியத்தை வெளியில் சொன்னால் பலிக்காது என்பார்கள். தன்னுடைய மதக்கடமை அல்லது நம்பிக்கை பற்றி ஒருவன் தம்பட்டமடிக்கக்கூடாது. (இப்போதெல்லாம் 'மைக்செட்' வைத்து உரத்தகுரலில் வேதங்களும், மந்திரங்களும் முழங்கியாகிறது)

குடும்பத்தில் உள்ள குறைபாடுகளை வெளிப்படுத்திவிட்டால் அதுகாறும் எளிமைக்குக் கிடைத்த கவுரவம் அடிபட்டுப் போகும். தன்னுடைய பாலுறவுத் தொடர்பான விஷயங்களை முட்டாள் தான் வெளிப்படுத்துவான். சட்டபூர்வமான மனைவியிடம் துய்த்ததைக்கூட வெளியில் சொல்லக்கூடாது. உடலுறவு அனுபவங்கள் தனக்குத்தானே தனிமையில் எண்ணி மகிழ வேண்டியவை.

மோசமான பொருளை எப்படியே வாங்கியாயிற்று. அதை சொல்லிமாய்வதால் என்ன ஆகப்போகிறது? (காப்பியில் விழுந்த ஈயை எடுத்துப் போட்டுவிட்டால் வந்தவர் குடித்துவிட்டுப் போகிறார். அவர் குடிக்கும் வரை பேசாமல் இருந்துவிட்டு, 'அடடா உங்கள் காப்பியில் ஈ விழுந்து கிடந்தது என்றால் அவருக்கு எப்படி இருக்கும். (நல்லமனிதனுக்கு அழகு வதந்திகளைப் பரப்பாமல் இருப்பதுதான். தன் காதில் விழுந்ததை தன் மனதோடு வைத்துக் கொண்டுவிட்டால் பிரச்சனை இல்லை.

வைக்கோல் இலேசானது. அதைவிட இலேசானது பஞ்சு. பஞ்சினும் இலேசானவன் யாசிப்பவன். (பிச்சைக்காரன்) ஒருவரிடம் ஒன்றைக் கெஞ்சிக் கேட்டுப்பெறுவது இழிவான செயல் என்பதைச் சுட்டவே சாணக்கியர் இப்படிச் சொன்னது.

49
பொதுக்கருத்துக்கள்

அறிவில் சிறந்தவரும் துயரத்தை அனுபவிக்க நேரும். மந்தபுத்தியுள்ள மாணவனுக்கு போதிப்பது, இழிவான பெண்ணுக்கு ஆதரவளிப்பது, வருத்தமுற்றவர் கூட்டுறவு காரணமாக அவர்கள் துயர்ப்படும்படி ஆகும். (மூடனுக்கு விளக்க முற்படுவது வீண் முயற்சி. எத்தனை விதமாய் போதிப்பினும் அவனால் புரிந்து கொள்ளமுடியாது. நெறியற்ற பெண்ணுக்கு ஆதரவளிப்பது சமூகத்துக்கு அபாயம். கவலையுற்றவருடன் பழகும்போது அது பழகுகிறவருக்கும் தொற்றிக் கொண்டுவிடுகிறது. கவலை ஒரு மனநோய். ஆறுதலளிக்க முற்படுகிறவரையும் அது பாதிப்பதில் வியப்பில்லையே)

தீயகுணமுள்ள மனைவி, விவேகமற்ற வேலைக்காரன், அயோக்கியத்தனமான நண்பன், பாம்பு இருக்கும் வீடு இவை மரணத்துக்குக் காரணமாகிவிடும்.

பொன்மானை யாரும் பார்த்திருக்கவோ அது பற்றி கேட்டிருக்கவோ முடியாது. அப்படி ஒன்று இருந்ததில்லை. ஆனால் சீதைக்கு மாயமானிடத்தில் ஆசைவந்தது. கெட்டகாலம் வந்தால் புத்திகெட்டுப்போகும் என்பது ரொம்ப சரி. சீதைக்குத்தான் ஆசை என்றால் ராமனுக்கும் மதி மயங்கியது ஏன்? அதைத்தான் நேரம் என்கிறார்கள்.

எத்தனையோ பந்தங்கள். ஆனால் காதலின் பந்தம் வித்தியாசமானது. மரத்தையே துளைக்கிற வண்டு தாமரை மலருக்குள் சிறைப்பட்டு விடுகிறதில்லையா!

தானே தொடுத்தமாலையை அணிந்து கொள்பவரும் தானே குழைத்த சந்தணத்தைப் பூசிக் கொள்பவரும், தானே உருவாக்கிய பாடலைப்படுகிறவரும் கவர்ச்சி இழந்து போவார்கள்.

வீட்டோடு ஒட்டிக் கொண்டிருப்பவன் கல்வியை தேடிக் கொள்ளமாட்டான். அசைவ உணவை உண்கிறவனிடம் கருணை இருக்காது.

பேராசைக்காரனுக்கு பாரபட்சமற்ற நோக்கு இருக்காது. பெண்மைக் குணம் உள்ளவனிடம் சுத்தம் இருக்காது.

(அறிவு என்பது வாழ்வுக்கான வெளிப்பாடு. வீட்டோடு அடைந்து கிடக்கிறவன் எப்படி வெளிக்காட்டிக் கொள்ள முடியும்? அனுபவங்கள் தானே அறிவை வழங்குவது. இறைச்சி உண்பவனின் இரக்க சுபாவம் வறண்டுபோகும். அதேமாதிரி பேராசைக்காரனிடமும் பாரபட்சமற்ற தன்மை இருக்காது. பெண்மைத்தனமானவர்கள் தேகரீதியாகவும், மனோரீதியாகவும் 'காம்ப்ரமைஸ்' செய்து கொள்ளத் தயார். காம்ப்ரமைஸ் (விட்டுக்கொடுப்பது) என்று வருகிறபோது எந்த மட்டத்திலும் அதற்கு அவர்கள் தயார்.)

செல்வம் சேர்ந்துவிட்டால் அகந்தை கொள்ளாதவர் யார்? சிற்றின்ப அனுபவத்தில் துயரங்கள் தீர்ந்துவிடுமா? யாருடைய இதயம் பெண்களால் நொறுங்கிப் போகாமல் இருக்கிறது? காலத்தின் கெடுதலான பார்வை யார் மீது விழாமல் இருந்திருக்கிறது? எந்த ஒரு யாசகன் மரியாதைக்கு உத்திரவிட முடியும்? தீயவரின் சூழ்ச்சியில் சிக்கிக் கொண்ட யார்தான் பத்திரமாகத் திரும்பலாகும்? அரசனின் ஆதரவை நிரந்தரமாகப் பெற்றவர் யார்? (இவை அனைத்தும் மறுக்கமுடியாத உண்மைகள் என்பதால்தான் சாணக்கியர் வினாக்குறிகளைப் போட்டது. இந்தக் கருத்துகள் தெளிவானவை என்பதால் விளக்கம் தேவையில்லை.)

விருந்துக்கு அழைப்பு வந்தால் அந்தணருக்குக் கொண்டாட்டம். பச்சைப் புல்லைக் கண்டுவிட்டால் பசுவுக்குக் கொண்டாட்டம். அக்கரைச் சீமைக்குப் போயிருந்த கணவன் வீடுதிரும்புகிறான் என்றால் மனைவிக்குக் கொண்டாட்டம். வீரனுக்கு போர் என்றால் கொண்டாட்டத்துக்குரிய மகிழ்ச்சி.

சிற்றுயிர்கள் ஒன்று சேர்ந்து ஒருபெரிய எதிரியை அழித்துவிடும். வேயப்பட்ட வைக்கோல் (மெலிதாயினும்) மழையின் வேகத்திற்கு ஈடுகொடுக்கும். (ஒற்றுமையின் மூலம் நமது வ்லிமை கூடும் என்பதை வலியுறுத்தவே சாணக்கியர் இந்த உவமை சொன்னது).

துளித்துளியாய் விழுகிற நீரில் குடம் நிரம்பி விடுகிறது. அவ்விதமாக அறிவைநாம் சேகரித்தே தீர வேண்டும். அறவைமட்டுமல்ல நம்பிக்கையையும், பணத்தையும்தான்.

எதிலும் எவரும் பூரண திருப்தி அடைவதில்லை. செல்வமோ, ஆயுளோ, பெண்ணோ, உணவோ அவற்றைப் பெற்றவர்கள் திருப்தியுறாமலே இந்த உலகை விட்டு நீங்குகிறார்கள். (சிற்றின்ப வேட்கை தணிவதில்லை. அது ஒவ்வொரு அனுபவத்துக்குப்பிறகும் வளர்ந்து கொண்டே போகிறது. அப்படித்தான் மற்ற ஆசைகளும் அவற்றில் பெறும் அனுபவங்களும்)

தருமம் செய்வதற்கான சிந்தனை, இன்மொழி மற்றும் முறையான விவேகம் இவையெல்லாம் பிறப்பிலேயே அமைந்தவை. பயிற்சியின் மூலம் வளர்த்துக் கொள்ளக் கூடியவை அல்ல.

ஒரு அவசரத்திற்கு பணம் கொடுத்து உதவக் கூடிய செல்வந்தனோ, நதியோ, அறிஞனோ, அரசனோ, வைத்தியனோ இல்லாத ஊரில் ஒருவன் தங்கக் கூடாது. ஒரே ஒரு நாள் தங்குவதாக இருந்தாலும் சரி. (எதிர்பாராத பணத்

தேவைக்கு உதவக்கூடிய மனிதர் இல்லாவிடில், சட்ட ஒழுங்கைப் பராமரிக்கும் அரசன் இல்லாவிடில், எதைச் செய்யலாம், செய்யக் கூடாது என்று விளக்கி குழப்பத்தில் தெளிவு தரும் பண்டிதர் இல்லாவிடில், நோய் நீக்கும் மருத்துவர் இல்லாவிடில் ஊர் ஊராகவே இருக்காது.)

தன்னுடைய சீவனத்துக்குப் பொருள் ஈட்ட முடியாதவனிடத்தும், அச்சம், வெட்கம், தரும சிந்தனை, பெருந்தன்மை இல்லாதவரிடத்தும் சிநேகம் வைத்துக் கொள்ளக் கூடாது. (இங்கு அச்சம் என்பது சமூக நியதி அல்லது சட்டத்துக்குப் பயந்து நடப்பதைக் குறிக்கும்.)

தான் மரியாதை பெற முடியாத இடத்திலோ, தன்னுடைய சீவனத்துக்கு வழி செய்து கொள்ள முடியாத இடத்திலோ, தனது அறிவை விருத்தி செய்து கொள்ள முடியாத இடத்திலோ, தனக்கு நெருங்கிய உறவினர் யாரும் முன்பே அங்கு இல்லாத பட்சத்திலோ ஒருவன் தங்கக் கூடாது.

முகத்துக்கு நேரே இன் சொல் பேசி முதுகுக்குப் பின்னால் தீங்கு செய்கிறவனுடைய நட்பு உதறப்பட வேண்டியது. அவன் பாலில் விஷத்தை மறைத்துக் கொண்டிருக்கும் நச்சுக் கோப்பை போன்றவன்.

ஆற்றைக் கடக்க வேண்டியவன் அதன் ஆழத்தையும், அகலத்தையும் ஆற்றுநீரின் வேகத்தையும் அறிந்துகொள்வது நல்லது. கையில் ஆயுதம் ஏந்தியவனை அருகில் அனுமதிக்கக் கூடாது. அவனிடம் எச்சரிக்கையாக இருப்பது அவசியம். ஆயுதத்தைக் கையில் வைத்திருப்பவன் ஒரு சின்ன கருத்து வேறுபாட்டாலும் தூண்டப்படுவான். ஆயுதத்தை பிரயோகிக்கத் தொடங்குவான். கொம்பும், நகமும் உடைய விலங்குகளும் அப்படித்தான். அவற்றை கிட்ட நெருங்கவிடக் கூடாது. கொஞ்சம் கவனக் குறைவாக இருந்தாலும் உங்களை அழித்துவிடும். பெண்களும், அரசியல் உயர் அதிகாரத்தில் இருப்பவர்களும் சலனப்புத்தி உள்ளவர்கள். அவர்கள் எப்படி

நடந்து கொள்வார்களென்று உங்களால் நிச்சயித்துக் கொள்ள முடியாது.

நல்ல நண்பன் என்றாலும் முழுமையாக நம்பி விடக்கூடாது. நட்பில் விரிசலேற்படும் காலத்தில் முன்பு நீங்கள் பகிர்ந்துகொண்ட விஷயங்களை வெளிப்படுத்தி விடுவார். தான் இழந்த செல்வம் பற்றியோ அந்தரங்க சோகம் பற்றியோ, மனைவியின் நடத்தையில் ஐயப்பாடு கொண்டதாகவோ, தீயவர் பற்றிய உங்கள் கருத்தையோ, சொந்த இழிவுகள் பற்றியோ எவரிடமும் வெளிப்படுத்தக் கூடாது. (வாழ்க்கையில் சில விஷயங்களை தனக்குள் இரகசியமாகவேதான் வைத்துக் கொள்ள வேண்டும். இரகசியம் என்பது அடுத்தவருடன் பகிர்ந்து கொள்ளக் கூடாது.)

ஒருவர் தனக்குள் விவேகத்துடன் திட்டமிட்டுக் கொணட நோக்கங்களை வெளிப்படுத்தக் கூடாது. அவற்றை இரகசிய மந்திரங்களைப்போல் பாதுகாக்க வேண்டும். (ஒரு திட்டத்தையோ, விருப்பத்தையோ அடுத்தவரிடம் சொன்னால் அது செயல்வடிவம் பெறுமுன் அனேக தடைகள் வந்துசேரும். காரியம் தோல்வி காணும். வெற்றி பெற விரும்பினால் தன்னுடைய திட்டத்தை இரகசியமாக வைத்திருப்பதே நல்லது.)

மிதமிஞ்சிய பிரியம் குற்றம் குறைகளையும், கண்டிப்பு நல்ல பண்புகளையும் வளர்க்கும். மகனையும், மாணவனையும் கொஞ்சம் பிரியத்தோடும் அதிகக் கண்டிப்போடும் நடத்த வேண்டும். (பாலப் பருவத்தில் இருந்து பதின் பருவத்தினர் (adolescents) வரை இது குறிக்கும்.)

இரண்டு அந்தணர்களுக்கு இடையிலும், ஒரு அந்தணருக்கும் நெருப்புக்கும் இடையிலும், குருவிற்கும்

வேலையாளுக்கும் இடையிலும், கணவனுக்கும் மனைவிக்கும் இடையிலும் கடந்து செல்லக்கூடாது.

குடும்பத்தின் பொருட்டு ஒரு தனி நபர் தியாகம் செய்யப்படலாம். கிராமத்தின் பொருட்டு ஒரு குடும்பம் தியாகம் செய்யப்படலாம். நாட்டுக்காக ஒரு கிராமமே தியாகம் செய்யப்படலாம். ஆனால், சுயத்துக்காக (Self) உலகம் முழுவதையுமே தியாகம் செய்துவிடலாம் (மற்றதைப் பார்க்கிலும் தற்காப்பு உயர்ந்தது.)

பணத்தைப் பாதுகாப்பது முக்கியம். அதைவி'_ முக்கியம் மனைவியைக் காப்பது. தன்னைக் காத்துக் கொள்வது என்பது மற்ற இரண்டிலும் முக்கியம். (தான் உயிரோடு இருந்தால் மற்றதை சம்பாதித்துக் கொண்டு விடமுடியும். அதனால்தான் சுயத்துக்கு அதிமுக்கியத்துவம் அளிக்கப்பட்டது).

பணியாளை முக்கியமான காரியத்திலும், உறவினர்களை தனக்கு துயரம் சம்பவித்தவிடத்தும், நண்பனை நெருக்கடி நிலையிலும், மனைவியை வறுமையிலும் சோதித்தறியலாம்.

தேகத்தின் வலிமையை விட புத்தியின் வலிமை பெரியது. ஒரு சின்ன முயல் சிங்கத்தைக் கொன்று போட்டது தன்னுடைய சூட்சம புத்தியால்தானே! (இக்கருத்து பஞ்சதந்திரக் கதையொன்றில் இருந்து பெறப்பட்டது. காட்டுக்கு ராஜாவான சிங்கத்தை தனது நைச்சிய வார்த்தைகளால் ஏமாற்றி கிணற்றுக்குள் தள்ளிய முயலின் கதை.)

குன்றுபோல் உடம்புள்ள யானையை சிறிய அங்குசம் அடக்கிவிடுகிறது. அதனால் யானையைப்போல் அங்குசமும் பலமுள்ளதாகி விடுமா? சின்ன அகல்விளக்குதான், அதை ஏற்றி வைத்ததும் இருள் நீங்கிவிடுகிறது. அதனால் இருட்டும் விளக்கும் சமதையாகிவிடுமா? இடிவிழுந்தால் மலை விரிசல்படுகிறது. அதனால் இடி மலையத்தனை பெரியதாகிவிடுமா? இல்லை. ஆனால், வலிமை என்பது

உருவத்தில் இல்லை என்பது உண்மை. புத்திசாலித்தனமே பலம். (இந்த சுலோகத்தின் மூலம் அறிவுக்கூர்மையின் அவசியத்தை வலியுறுத்துகிறார்).

அந்தணரின் வலிமை அறிவு. அரசனின் வலிமை படைகள். வணிகனின் வலிமை செல்வம், ஊழியனின் வலிமை காரியம் செய்வதற்கான சக்தி. பெண்ணின் வலிமை அவளுடைய அழகு, இளமைத்தோற்றம் மற்றும் இனிய சுபாவம் ஆகும்.

ஒருவர் ரொம்பவும் சாதாரணராக (வெளிப்படையான வராக) இருந்துவிடக்கூடாது, மரம்வெட்டிகள் ஒழுங்கான வளர்ச்சி உள்ள மரங்களையே வெட்டுகிறார்கள். கோணலாய் வளைந்து காணப்படும் மரங்களை வெட்டாமல் தவிர்த்து விடுகிறார்கள்.

சீதையின் சோகத்துக்கு அவளுடைய அபார அழகுதான் காரணமாயிற்று. இராவணனின் அழிவுக்கு அவனுடைய மிதமிஞ்சிய ஆணவம் காரணமாயிற்று. மாபலிச்சக்ரவர்த்தியின் அளவற்ற தர்மசிந்தனைதான் அவன் மோசம் போகக் காரணமாயிற்று. (சாதாரண அழகு ஆபத்தை விளைவித்திருக்காது. இயல்பான தன்னுணர்வு அழிவு தேடித்தந்திருக்காது. அளவான மனச்சார்பு வஞ்சித்திருக்காது. அழகு, தன்னுணர்வு, தருமசிந்தனை எல்லாமே நல்ல விஷயங்கள்தாம். ஆனால், அளவுக்கு மிஞ்சினால் அவை கெடுதல் செய்வதாகிவிடும்).

வாணிபம் வறுமையைப் போக்கும். கடவுளின் நாமத்தை துதிப்பது பாவத்தை நீக்கும். மவுனம் கலவரத்துக்கு முடிவுகாட்டும், விழிப்புணர்வு அச்சத்தை அகற்றும். (கலகக்காரர்களும், தீயவர்களும், பஞ்சமும் உள்ள இடத்தில் தங்கக்கூடாது.)

ஆற்றல் மிக்க பகைவனை எதிர்த்தால் தோல்விதான். நேரடிமோதலைத்தவிர்ப்பது புத்திசாலித்தனம். பகைவன் துன்மார்க்கத்தை கடைப்பிடிப்பவனாயின் அவனிருக்கும்

இடத்தை விட்டு நீங்குவது புத்திசாலித்தனம். பகைவன் தனக்கு சமான வலிமை உள்ளவனாயின் ஒன்று எதிர்க்காலம், அல்லது பணிந்து (சந்தர்ப்பத்துக்கு ஏற்றபடி) போகலாம்.

கொடுங்கோலனை அரசனாய்ப் பெற்றிருப்பதைவிட அரசனில்லாதிருப்பதே நல்லது. துஷ்டனை நண்பனாகப் பெற்றிருப்பதை விட நண்பனே இல்லாதிருப்பது நல்லது. துரோகம் செய்கிற மனைவியைப் பெற்றிருப்பதை விட மனைவி இல்லாதிருப்பதே நல்லது. உதவாக்கரையான சீடனைவிட சீடனே இல்லாதிருப்பது நல்லது.

வெகுமானம் பெற்றதும் அந்தணர்கள் விருந்தளிப்பவனை விட்டு நீங்குகிறார்கள்.

கல்வியைப்பெற்றதும் சீடர்கள் குருவைவிட்டு நீங்குகிறார்கள். தீப்பற்றிக் கொண்டால் வனத்தைவிட்டு விலங்குகள் நீங்குகின்றன. (ஆதாயம் பெறுகிறவரைதான் அண்டியிருப்பது. அடிப்படையில் எல்லாருமே சுயநலக்காரர்கள்தாம்).

வறுமையுற்ற வாடிக்கையாளனை விலைமாது கைவிடுகிறாள். வலுவற்ற அரசனை மக்கள் கைவிடுகிறார்கள். கனிகளில்லாத மரத்தை பறவைகள் கைவிடுகின்றன. உண்டு முடித்ததும் விருந்தாளி நழுவிப் போகிறான். (எல்லாருமே தங்களுடைய நோக்கத்தை நிறைவேற்றிக் கொண்டு நீங்கிவிடுகிறார்கள். ஆதரவு காட்டியவரின் தேவைபற்றி கவலைப்படுவதில்லை).

பாதையை ஆராய்ந்து கொண்டு காலை முன்வைக்க வேண்டும். நீரின் தூய்மையை சோதித்தபின் குடிக்க வேண்டும். வேத விதிகளை அனுசரித்துப் பேசவேண்டும். மனச்சாட்சி அனுமதிக்கிற அளவில் நடக்கவேண்டும்.

கடவுளும், உயர்ந்தவர்களும், தந்தையும் ஒருவரின் ஒழுக்கத்தைக்கண்டு திருப்தி அடைகிறார்கள. உறவினர்கள்

அர்த்த சாஸ்திரம்

பானங்களிலும், விருந்திலும் திருப்தி அடைகிறார்கள். பண்டிதர்கள் நல்ல பேச்சில் திருப்தி அடைகிறார்கள்.

போதிய பயிற்சி இல்லாதபோது கல்வி விஷமாய்ப்படும். அசீரணம் உணவை விஷமாக்கும். முதியவனுக்கு அழகிய இளம்பெண் விஷமாய் தெரிவாள். வறியவனுக்கு கூடிப் பேசுதல் விஷமாகும். (அரைகுறை அறிவும், கற்றதை முறையாக நடைமுறைப்படுத்தத்தவறுவதும் ஆபத்தாகும். சீரணசக்தி பலவீனப்பட்டவனுக்கு தேனும் நஞ்சாகிறது. வறுமையை விளம்பரப்படுத்திக் கொள்ள யாரும் விரும்புவதில்லை. ஒரு கூட்டத்தில் கலந்துரையாடும்போது தன்னுடைய நிலைமை வெளிப்பட்டு விடுமோ என்ற அச்சம் வறியவனுக்கு. இளம்பெண்ணுக்கு இன்பம் அளிக்கவும், அவளுடைய வேகத்துக்கு ஈடுகொடுக்கவும் முதியவன் ரொம்பவே சிரமப்பட வேண்டி இருக்கும். அந்தக் கூடுதல் சிரமம் அவனுக்கு மரணத்தைக் கொண்டு வந்தாலும் வரலாம். அதனால்தான் முதியவனுக்கு இளம் பெண் நஞ்சாவது).

துறவி எந்தவொரு விஷயத்திலும் தேர்ந்தவனாயிருக்க முடியாது. சிற்றின்ப நாட்டம் இல்லாதவன் தன்னை அலங்கரித்துக் கொள்ளும் அவசியம் கிடையாது. கற்றறிந்தவர்கள் அரிதாகவே இன்மொழி புகல்வார்கள். ஒளிவுமறைவின்றிப் பேசுகிறவன் திருடனாக இருக்க மாட்டான். (உலகப்பொருட்களின் மீதுள்ள வெறுப்பில்தான் ஒருவன் துறவு மேற்கொள்வது. அப்படி இருக்க உலகத்தைப் பற்றி அவன் அறிந்திருக்கக் கூடியது என்ன. மாற்றினத்தவரை கவர்வதற்காகத்தானே ஒருவன் தன்னை அழகுபடுத்திக் கொள்வது. அந்த ஆசை இல்லாத பட்சத்தில் அலங்காரமும் அவசியம் இல்லாமல் போய்விடுகிறது. திருடன் எதையும் மறைக்கவே செய்வான். தன்னுடைய உணர்வுகளை வெளிக்காட்டிக் கொள்கிறவனிடம் திருட்டுத்தனம் இருக்கமுடியாது.)

மேகங்கள்தாம் நல்லநீரைத்தருகிறது. சுயபலம்தான் சிறந்த ஆற்றல். கண்கள்தான் சிறந்த விளக்கு, உணவுதான் சிறந்த பொருள். (துயருறும் காலத்தில் எது உதவுமோ அது சிறந்தது. மேகம் வெகுதொலைவுக்கு நீரை எடுத்துச் சென்றாலும், நம்முடைய தேவைக்கு உதவுகிறது. சொந்த வலிமையே நம்பிக்கையான சக்தி. அதனால்தான் அது சிறப்பு பெறுகிறது. எத்தனை விளக்குகள் இருந்தால் என்ன, பார்க்கும் திறன் இல்லாவிடில் அந்த விளக்குகளால் என்ன பயன்? அதனால்தான் கண்களே சிறந்த விளக்கென்பது. உலகில் எந்த உயிரும் உணவின்றி வாழ்வதற்கில்லை. ஆகவேதான் உணவுக்கு சிறப்பிடம்).

குறைபாடில்லாத குடும்பம் எது? உடம்பில் கோளாறு (நோய்) வந்து அவதிப்படாதவர் யார்? துன்பத்தை அனுபவிக்காத மனிதருண்டா? சந்தோஷத்தையே சாசுவதமாக்கிக் கொண்டவர் உண்டா?

கவிஞனால் காணப்படாதது என்ன? பெண்ணால் செய்யமுடியாத காரியம் எது? குடிகாரனின் பிதற்றலில் வந்து விழாத வார்த்தை எது? காகம் எதை உண்ணாமல் விடுகிறது? (கவிஞன் தன் கற்பனையால் எங்கும் சென்றுவருகிறான், எதையும் கண்டுவருகிறான். பெண் உன்னதமானதையும் செய்கிறாள், மிகக்கேவலமானதையும் செய்கிறாள். குடிகாரன் படு ஆபாசவார்த்தைகளையும் கூச்சமின்றி பேசமுடியும். காக்கை பேதம்பார்ப்பதில்லை. அழுக்கையும், அசுத்தத்தையும் உண்டு வைக்கும்).

பரிவில்லாத மதநம்பிக்கை, அறிவில்லாத குரு, நன்னடத்தை இல்லாத மனைவி, பிரியமில்லாத உறவினர்கள் கைவிடப்பட வேண்டியவை ஆகும்.

ஆற்றின் கரையோரத்து மரம், அடுத்தவன் வீட்டில் தங்கிய பெண், அமைச்சரவை இல்லாத அரசன் இவர்கள் சீக்கிரமே அழிந்துவிட நேரும். (கரையோரத்து நிலம் உறுதியற்றது...

வெள்ள அரிப்பில் மரம் விழுந்து விடுகிற அபாயம் உண்டு. அடுத்தவன் வீட்டில் தங்கிய பெண் தன் கற்பை காத்துக்கொள்வது அரிது. அவள் என்னதான் ஒழுக்கத்தில் உறுதியாக நிற்க முயன்றாலும் ஒரு கட்டத்தில் உடன்படும்படி ஆகலாம். அமைச்சர் இல்லாத அரசனுக்கு தக்க ஆலோசனை கிடைக்காது. தவறுகள் மூலம் தனது வீழ்ச்சிக்குத்தானே காரணமாகிவிடுவான்.)

ஒருவன் முன்யோசனையின்றி ஊதாரித்தனமாக செலவிட்டாலும், இருப்பிடமற்றுப் போனாலும், சண்டை பிடிக்கிறவனாயினும், சகட்டுமேனிக்கு கண்ட பெண்களிடமும் இச்சை வைக்கிறவனாயினும் விரைவில் அழிவான்.

சோம்பேறியால் அறிவைத் தேடிக் கொள்ளமுடியாது. உங்களுடைய பணத்தின் மீது அடுத்தவர் ஆதிக்கம் செலுத்த அனுமதியாதீர்கள். விதைப்பற்றாக்குறையில் நிலம் வீணாகும். தளபதி இல்லாத படை தாக்குப்பிடிக்காது (கற்பது எளிதான காரியமன்று. அதற்கு தன்னை திருத்திக் கொள்வது அவசியம். அது சோம்பேறியால் முடியாதது. யார் கட்டுப்பாட்டில் பணத்தை வைத்திருக்கிறானோ அது அவனுடையதாகிறது. விதையில்லாது போனால் விளைவில்லை, விளையாத நிலம் வளமிழந்து போகும். தலைவனில்லாத படை நிலை குலையும்.

தர்மசிந்தை வறுமையை அழிக்கும். சரியான நடத்தை துயரத்தை நீக்கும், உண்மையான அறிவு அறியாமையைப் போக்கும். (வறுமை என்றால் வசதியின்மை தரும சிந்தை என்பது அடுத்தவருக்கு உதவுவது. நீங்கள் மற்றவருக்கு எதையாவது வழங்கும்போது உங்கள் மீது (உங்களுடைய நிதி நிலைமை) அவர்களுக்கு நம்பிக்கை வந்து விடுகிறது. இவர் வசதியான ஆள் என்று நினைத்து விடுகிறார்கள்.

அந்த நம்பிக்கையைப் பயன்படுத்தி நீங்கள் உங்களுக்குத் தேவையான பொருள்களைப் பெற்றுவிடுகிறீர்கள்.

இப்படியாக உங்களுடைய இருப்பு கூடுகிறது. வறுமை ஓடுகிறது. கடுமையான துன்பத்திலும் ஒருவர் சமநிலை இழக்காதிருப்பின், இயல்பாக நடந்து கொள்வாராயின் அந்தத்துன்பத்திலுள்ள பயம் தன்னால் விலகிவிடும். உண்மை அறிவை ஒருவர் தேடிப்பெற முனைந்து விட்டால், அறியாமை எப்படி அவருள் இடம்பிடிக்கமுடியும்?

திருப்தியுறாத அந்தணனும், திருப்தியுற்ற அரசனும் அழியும்படி ஆகும். விலைமாது வெட்கப்படக்கூடாது. குடும்பப்பெண் வெட்கத்தை விடக்கூடாது. வெட்கப்படுகிற விலைமாதும், வெட்கத்தை விட்ட குடும்பப் பெண்ணும் அழிவார்கள். அந்தணன் பொருள்களின் மீதுள்ள ஆசையை விட்டால்தான் மேலும் மேலும் அறிவை விருத்தி செய்து கொள்ளமுடியும். அரசன் தான் பெற்ற வெற்றிகள் போதும் என்று இருந்துவிட்டால் படைகளின் போர்த்திறன் குன்றும், அண்டை நாட்டவர் அவன்மீது படையெடுக்கத்துணிவார்கள். விலைமாது தன் தொழில் தர்மப்படி வாடிக்கையாளர்களை திருப்தி செய்ய வேண்டியவள். அவள் வெட்கப்பட்டால் வாடிக்கையாளர்கள் குறைந்து போவார்கள். குடும்பப் பெண் மற்றவர்களின் மரியாதையை சம்பாதித்துக் கொள்ள வேண்டியவள். அவள் வெட்கமில்லாதவளாயின், யாரும் அவளை மதிக்கமாட்டார்கள்.

உயர்ந்த மனிதர்களையும், சாதுக்களையும் பகைத்துக் கொண்டால் மரணம் நேரும். செல்வத்தை விரயம் செய்தால் விரும்பத்தகாத விளைவுகள் வரும். அரசனிடம் பகைத்தால் ஒட்டுமொத்த அழிவு, அந்தணனைப் பகைத்தால் வம்சம் அற்றுப்போகும்.

குடிமக்கள் அரசனைப் பின்பற்றுகிறார்கள். அவன் தெய்வநம்பிக்கை அற்றவனாயின் அவர்களுக்கும் அது இல்லாமல் போய்விடுகிறது. அவன் குற்றம் செய்தால் அவர்களும் அவனைப்போலவே குற்றம் செய்கிறார்கள்,

கடமையில் தவறுகிறார்கள். அரசன் இயல்பாக நடந்து கொண்டால் அவர்களும் இயல்பாக நடந்து கொள்கிறார்கள்.

இனிமையான பேச்சு எல்லாருக்கும் திருப்தி அளிக்கிறது. இன்மொழிகளை அளவின்றி பிரயோகிப்பதால் எவரும் ஏழையாகி விடுவதில்லை.

திறமை உள்ளவனுக்கு எதுவும் சுமையில்லை. வணிகனுக்கு எந்த இடமும் தூரமில்லை. கற்றவனுக்கு எந்த ஊரும் அந்நியமில்லை. இன்மொழி பேசுகிறவனுக்கு எவரும் புதியவரில்லை. (திறமை உள்ளவனால் பிரச்சனைகளுக்குத் தீர்வு காணமுடிகிறது. தன்னுடைய பொருளுக்கு சரியான விலையைப் பெறமுடியும் என்றால் வணிகனுக்கு எந்த தூரமும் பொருட்டில்லை. கற்றவன் தன்னுடைய அறிவின் திறத்தால் எங்கும் காலூன்றி விடுவான். இன் சொல்லுடையவன் எதிரியையும் நண்பனாக்கிக் கொண்டுவிடுகிறான்.

குயில் வசந்தகாலத்தில் கூவுகிறது. மற்ற காலங்களில் மவுனமாய் இருந்துவிடுகிறது. அதனுடைய கூவல் இதயத்தைத் தொடும். (உங்களால் முடிந்தால் இனிமையாகப் பேசுங்கள், இல்லையேல் மவுனமாய் இருந்துவிடுங்கள்).

50
யாரிடம் எதைக்கற்பது?!

நன்னயப் பாங்கை (Courtesy) இளவரசர்களிடமும், இன்மொழியை பண்டிதர்களிடமும், எப்படிப் பொய் சொல்வது என்பதை சூதாடிகளிடமும், ஏமாற்றும் வித்தையை பெண்களிடமும் கற்றுக் கொள்ளுங்கள். (மரியாதையான பழக்க வழக்கங்கள் இளவரசர்களுக்கு பிரத்யேகமாகக் கற்பிக்கப்படுகிறது. வார்த்தைகளின் வலிமையும், பொருளும் பண்டிதன் அறிவான். தக்க வார்த்தைகளை தக்க இடத்தில் பயன்படுத்துவார்கள். உண்மையைப்போல பொய்யைப் பேசும் லாகவம் சூதாடிகளுக்கு உண்டு. கண்கட்டு வித்தையில்

நிபுணர்களான பெண்களிடம் மேதாவிகள் வீழ்ந்து படுகிறார்கள்)

சிங்கத்திடம் இருந்து ஒன்றையும், நாரையிடம் இருந்து ஒன்றையும், சேவலிடம் இருந்து நான்கு விஷயங்களையும், காக்கையிடம் இருந்து ஐந்தையும், நாயிடம் இருந்து ஆறு விஷயங்களும். கழுதையிடம் இருந்து ஏழும் கற்றுக் கொள்ளுங்கள்.

இவற்றை கற்றுக் கொண்டவனுக்கு, வாழ்க்கையில் எப்போதுமே வெற்றிதான்.

51
சிங்கத்திடம் இருந்து

பெரியதோ, சிறியதோ எந்த வேலையையும் நமது முழு ஆற்றலைப் பயன்படுத்திச் செய்யவேண்டும். (சிங்கம் எதையும் அரைமனதோடு செய்வதில்லை. முயலாகட்டும், யானையாகட்டும் தன்னுடைய முழுவீச்சோடுதான் சிங்கம் தாக்கும்.)

52
நாரையிடம் இருந்து

நாரையைப்போல் புலன்களை அடக்கிவைத்துக் கொள்ளவேண்டும். நேரத்தையும், இடத்தையும், தன்னுடைய ஆற்றலையும் கருத்தில் கொண்டு செய்தால் காரியத்தை வெற்றிகரமாக முடிக்கலாம் (வெற்றி என்பது நேரம், இடம், சுயவலிமையை சரியாக மதிப்பீடு செய்வதில்தான் இருக்கிறது).

53
சேவலிடம் இருந்து

சேவல் நான்கு விஷயங்களில் நமக்கு உதவமுடியும். சரியான நேரத்தில் விழித்துக் கொள்வது. உக்கிரமாக சண்டையிடுவது, உடன் பிறந்தவர்களின் இடத்தை ஆக்ரமித்துக் கொள்வது. அவர்களுடைய பங்கை அபகரித்துக் கொள்வது. (அறநெறிகளுக்கு முரணான உபதேசம் ஆயினும், தற்காப்புக்கு உதவுவது).

54
காக்கையிடம் இருந்து

கள்ள உறவு, பொருட்களை சேகரிப்பது, (சேமிப்பது) விழிப்போடு இருப்பது, எவரையும் நம்பாதிருப்பது, குரல் கொடுத்து தான் இருக்கும் இடத்தில் இருந்தபடி கூட்டத்தைக் கூட்டுவது என்று ஐந்து விஷயங்களை நீங்கள் காக்கையிடம் இருந்து கற்றுக் கொள்ள முடியும்.

55
நாயிடம் இருந்து

பட்டினி கிடந்து இறக்கும் தறுவாயிலும் அற்ப உணவை உண்டு திருப்தி அடைவது, நல்லதூக்கத்திலும் எச்சரிக்கை உணர்வோடு இருப்பது, நம்பிக்கை, தைரியம் என்கிற ஆறுபண்புகளை நாயிடம் இருந்து கற்றுக்கொள்ளுங்கள்.

56
கழுதையிடம் இருந்து

மோசமாக சோர்ந்திருந்தாலும் பளுவை சுமக்கிற ஆற்றல், மாறுகின்ற சீதோஷ்ணநிலைகளில் பாதிக்கப்படாதிருத்தல்,

எந்த நிலைமையிலும் திருப்தி அடைதல் இவை கழுதையிடம் நாம் கற்றுக் கொள்ளக்கூடிய பண்புகள்.

57
யாரை எப்படி கட்டுப்படுத்துவது?

பேராசைக்காரனை பணத்தாலும், ஆணவம் கொண்டவனை பணிவாலும், முட்டாளுக்கு புத்திமதி கூறியும், கற்றறிந்தவர்களை உண்மை பேசியும் கட்டுப்படுத்தலாம். (முதல் இரண்டு கருத்துக்களும் தெளிவானவை. முட்டாளுக்கு தன்னுடைய பேதைமை தெரியாதவிஷயம். புத்திமதி சொல்லித்தான் அவனுடைய அறியாமையை அவனுக்கு உணர்த்த முடியும். அப்படி புத்திமதி சொல்கிறவரிடம் அவன் நன்றியறிதலோடு இருக்கிறான். புத்திசாலியை நீங்கள் ஏமாற்ற முடியாது.

அவர்களிடம் உண்மையாக நடந்து கொள்வதே நல்லது. வெளிப்படையான பேச்சை அவர்கள் விரும்புவார்கள். தங்களிடம் ஒளிவு, மறைவு இல்லாமல் நடந்து கொள்கிறவர்களுக்கு எப்போதுமே அவர்கள் உதவத்தயாராகி இருப்பார்கள்).

58
இன்னும் சில...

* அறிவாளியும் சரி அரசனும் சரி எதையும் ஒரு முறைதான் சொல்வார்கள். பெண்ணை ஒரு முறைதான் கன்யாதானம் செய்வது. (அதிகாரத்தில் உள்ளவர் சொல்லை கவனத்தோடு கேட்கவேண்டும். அறிஞர்கள் எல்லாவற்றையும் மதிப்பீடு செய்து கொண்டுதான் பேசுவார்கள். அவர்கள் குறைவாகவே பேசுவார்கள், தங்கள் கருத்தை மீண்டும் பேசுவதில்லை. மாற்றிக் கொள்வதில்லை.

அர்த்த சாஸ்திரம்

* வழிபட ஒருவர் போதும், படிப்பதற்கு இருவர் வேண்டும். பாடுவதற்கு மூவரும், நடந்துபோகும்போது நால்வரும், வயலில் வேலை செய்ய ஐவரும் போர்க்களத்துக்கு எண்ணற்றவர்களும் தேவைப்படும் (வழிபாடு தனிமையில் செய்யவேண்டியது. படிக்கும்போது விவாதித்து விஷயங்களை தெளிவுபடுத்திக் கொள்ள இருவராய் இருப்பது நல்லது. தம்புரா, தபலா என்று பக்கவாத்தியத்துடன் ஒருவர் பாடவேண்டும் என்பதால் பாடுவதற்கு குறைந்தது மூவர்தேவை. வெளியில் நடந்து செல்கிறபோது நான்கு பேராக சென்றால், நாற்றிசையிலும் எச்சரிக்கையாகப்பார்த்து விபத்துக்களை தவிர்த்துக் கொள்ள முடியும். வயல்வேலையில் ஒருவர் நீர்பாய்ச்சவும், ஒருவர் களைகளை அகற்றவும், மூன்றாமவர் கால்நடை, மனிதர்கள் பயிரைசேதப்படுத்தாது காக்கவும், நான்காமவர் விதைக்கவும், ஐந்தாமவர் மண்ணை பதப்படுத்த, பராமரிக்கவும் தேவை. போரில் ஈடுபடுவது பலர் என்பது தெளிவான உண்மை.)

* ஒருவன் இந்த உலகத்துக்கு தனியேவருகிறான். தன்னுடைய முடிவை தனியே சந்திக்கிறான். தன்னுடைய நற்காரியத்துக்கும், தீய காரியத்துக்குமான விளைவுகளை தானே ஏற்கிறான். வதைகளை அனுபவிக்கிறான், உயர்நிலைகளையும் தான் (நிலையில்லாத இந்த உலகத்தில் எதுவும் சாசுவதமில்லை. பார்ப்பதற்கு எல்லாரோடும் கலந்து வாழ்கிற மாதிரி தோன்றினாலும் மனிதன் தனித்தே நிற்கிறான் என்கிற கசப்பான உண்மைகளை இந்த ஸ்லோகத்தின் மூலம் சாணக்கியர் நமக்கு நினைவூட்டுகிறார்.)

* ஒருவர் ஒரு சுலோகத்தை அல்லது பாதியை அல்லது அதில் ஒரு பகுதியையேனும், ஒரேயொரு எழுத்தையேனும் எப்போதும் சிந்தித்தபடி இருக்கவேண்டும். இவ்விதமாக பெரியோர் வார்த்தையில் ஆழ்ந்த சிந்தனை வைப்பதும், ஆராய்ந்தறிவதும், தானம்செய்வதும் நித்திய கடமையாகக் கொள்ள வேண்டும். (காலத்தை விரயப்படுத்தாது,

கண்டவற்றில் கவனத்தை சிதற விடாதிருப்பதற்கு உகந்த வழி இது.)

* மெய்ப்பொருளைக் கேட்பதன் மூலம் ஒருவன் தனக்குரிய தர்மத்தை அறிகிறான், கேட்பதன் மூலம் அறியாமையை உதறுகிறான். கேட்பதன் மூலமே புலமை அடைகிறான், மோட்சத்தையும்தான். (தர்மத்தை அறிந்தவன் தன்னுடைய தீய சுபாவத்தை விடுகிறான். மூத்தோரின் நல்லுரைகளை மோட்சத்துக்கு ஏணிப்படியாகக் கொள்கிறான்.)

* ஊர்சுற்றித்திரியும் அரசனும், அந்தணனும், யோகியும் மரியாதை செய்யப்படுகிறார்கள். ஆனால் ஒருவன் ஊர்சுற்றியாக இருந்தால் அவனை யாரும் மதிக்கமாட்டார்கள். (அரசன் அரண்மனைக்குள் இருந்துவிட்டால் அவனுக்கு நாட்டு நடப்பு தெரியாது போகும். எனவே, அவன் தனது நாட்டின் மூலை முடுக்கெல்லாம் சுற்றிவருவது அவசியம். அரசர்கள் மாறுவேடந்தரித்து நகர்உலா சென்றுவருவதாக நாம் கதைகளில் படித்திருக்கிறோம் அல்லவா, அது காரணம் பற்றித்தான். அந்தணன் குறிப்பிட்ட மனிதருடனோ குறிப்பிட்ட ஒரே இடத்திலேயோ தங்கிக்காலம் கழிக்கலாகாது. எத்தனைக்கு அவன் சுற்றிக் கொண்டு இருக்கிறானோ அத்தனைக்கு அறிவுத்தேர்ச்சி பெறுகிறான். யோகிகள் விஷயத்திலும் இது பொருந்தும். தெய்வீக சக்தி இந்த உலகம் முழுதுமல்லவா பரவிக்கிடக்கிறது. ஆனால், ஊர்சுற்றும்பழக்கம் பெண்களுக்கு உசிதமானதல்ல. அவள் அநேக அபாயங்களை சந்திக்கும்படி இருக்கும். சமூகம் அவளது நற்பெயருக்குக் களங்கம் விளைவிக்கும்.

* காலம் உயிரினங்களை விழுங்கித் தீர்க்கிறது, படைப்புகளை அழித்துப்போடுகிறது. உயிரினங்கள் உறங்கிக் கொண்டிருக்கும்போது அது சுறுசுறுப்போடு இயங்கும். அதன் தொடர் ஓட்டத்தை யாரும் தடை

செய்துவிட முடியாது. (காலத்தின் முன்னே அனைவர் நிலையும் கையற்றதுதான்.)

* தங்கத்திற்கு மணமேது, கரும்புக்கு கனியேது, சந்தன மரத்துக்குப் பூவேது? அரசன் நீண்டகாலம் வாழ்வதில்லை, அறிஞன் செல்வந்தனாக இருப்பதில்லை. (நுகர்தலன்றி மற்ற புலனுணர்வுகளை தங்கம் திருப்திப்படுத்துகிறது. மணமில்லை என்றாலும் அது மகத்துவம் மிக்கதாகவே இருக்கிறது. கரும்பின் தண்டுப்பகுதியும், சந்தனத்தின் மரமும் அவ்வாறே சிறந்து விளங்குகிறது. எனினும் இங்கு ஒன்றை நாம் கருத்தில் கொள்ள வேண்டும், உலகில் எதுவுமே குறைபாட்டோடு உருவாக்கப்பட்டிருக்கிறது என்பது தான் அது.)

* சம அந்தஸ்து உடையவர்களிடையேயான நட்பும், அரசனுக்குச் செய்யப்படுகிற சேவையும் தான் பொருத்தமாகும். வணிக குலத்தவர்க்கு வர்த்தகம் செய்வதே பொருத்தம்.

* உடம்பின் அழகை பண்பு உயர்த்தும். நல்ல நடத்தை குடும்பத்தின் பெருமையை உயர்த்தும். பூரணத்துவம் கல்வியின் மதிப்பை உயர்த்தும். அநுபவித்தல் செல்வத்தினால் ஏற்படும் மகிழ்ச்சியை உயர்த்தும்.

* குயிலின் அழகு அதன் குரலில் இருக்கிறது. பெண்ணின் அழகு கணவனிடம் விசுவாசமாய் இருத்தல். அழகில்லாதவர்க்கு அழகைத்தருவது அறிவு. துறவிக்கழகு மன்னிக்கும் மாண்பு.

* மனிதன் பிரயாணங்களில் முதுமை அடைகிறான். குதிரை அசைவற்றிருந்தால் முதுமை அடைகிறது. உடலுறவு கொள்ளாத நிலையில் பெண்ணுக்கு முதுமை வந்துவிடுகிறது. வெய்யிலில் கிடக்கிற துணிக்கும் வயதாகிறது.

* முட்டாள்களுக்கு பண்டிதர்களை (Scholars)க் கண்டால் பகையுணர்வு ஏற்பட்டுவிடுகிறது. ஏழைக்கு செல்வனிடமும், விலைமாதுவிற்கு நல்ல குடும்பத்துப் பெண்ணிடமும், விதவைக்கு சுமங்கலியிடமும் பகையுணர்வு தோன்றும்.

* கீழ்க்கண்டவர்களை உறக்கத்தில் இருந்து எழுப்பலாம். மாணவன், வேலைக்காரன், பயணி, பசியுற்றவன், பயந்தவன், பண்டக சாலைப் பொறுப்பாளன் (Store - incharge) மற்றும் காவல் காப்போன் (ஆழ்ந்த உறக்கத்தில் இருந்தாலும் இவர்களை எழுப்புவது தவறில்லை. விழித்துக் கொள்வதால் பயன்பெறுகிறவர்கள் இவர்கள்.

* தூக்கத்தில் இருக்கிற பாம்பையோ, அரசனையோ, குழந்தையையோ, குளவியையோ, நாயையோ, முட்டாளையோ எழுப்பக்கூடாது. (ஆழ்ந்த உறக்கத்தில் இருந்து அவர்கள் விழிக்கும் பட்சத்தில் அபாயம் அல்லது தொந்தரவுதான்.)

* கரும்பைப்பிழிவதும், பணியாளைக் கண்டிப்புடன் நடத்துவதும், தங்கத்தை அடித்து நீட்டுவதும், சந்தனத்தை அரைப்பதும், தயிரைக் கடைவதும், வெற்றிலையை மெல்வதும் அவற்றின் தரத்தை உயர்த்துகிற காரியமாகும்.

* கடலில் பெய்த மழையால் என்ன பயன்? வயிறு புடைக்க உண்டவனை வற்புறுத்தி மேலும் உண்ணச் செய்வதால் என்ன பயன்? பகலில் விளக்கெரிப்பதாலும், பணக்காரனுக்கு தானமளிப்பதாலும் என்ன பயன்?

* சாம்பலில் வெண்கலம் சுத்தப்படுகிறது, அமிலத்தில் செம்பு சுத்தப்படுகிறது. மாதவிடாய் மூலம் பெண் சுத்தப்படுகிறாள். நதி தன்னுடைய விரைவான ஓட்டத்தில் சுத்தப்படுகிறது.

* எண்ணத்தையும் பேச்சையும் தூய்மையாக வைத்திருப்பதும், எல்லா உயிர்களிடத்தும் கருணை

காட்டுவதும், இச்சையைக் கட்டுப்படுத்துவதும், எல்லார்க்கும் நல்லது செய்வதும் சிறந்தபக்தியாகும்.

* கருவில் தோன்றிய நேரமும், பிறந்த நட்சத்திரமும் ஒன்றாக இருந்தாலும் இயற்கைப்பண்பு, நடத்தை, விருப்பு வெறுப்புகளில் இரண்டு நபர்கள் வேறு படவே செய்வார்கள். பழமும், முள்ளும் இலந்தை மரத்தில் இருக்கிறது. இரண்டும் ஒரே கிளையில் இருந்தாலும் கடுமையான வேறுபாடு இருக்கவே செய்கிறது.

* சாதாரண தான்யத்தை விட மாவுக்கு பத்து மடங்கு சக்தி (பலம்) உண்டு. பாலில் மாவைவிட பத்துமடங்கு சக்தி உண்டு. பாலைவிட இறைச்சிக்கு பத்துமடங்கு சக்தி உண்டு. இறைச்சியை விடவும் பத்துமடங்கு அதிக சக்தி நெய்க்கு உண்டு.

* அசீரணமுற்ற நிலையில் தண்ணீர் மருந்தாகச் செயல்படுகிறது. சீரணத்துக்குப்பிறகு அதே தண்ணீர் வலிமையளிப்பதாகிறது. சாப்பிடும்போதே குடிக்கிற்தண்ணீர் அமிர்தமாகும், சாப்பிட்ட உடனே குடிக்கிற தண்ணீர் நஞ்சாகும்.

* திருப்தி என்பது மனச்சார்பில் கிடைப்பது, புறப்பொருள்களில் பெறப்படுவது அல்ல. அப்படி இருக்கும்போது பணத்தைத் துரத்தி ஓடும் ஒருவனுக்கு எப்படி திருப்தி கிடைக்கமுடியும்?

* உன்னதமான இறைவனை அறிந்தவர்க்கு சொர்க்கமும், தீரச்செயல்கள் புரிகிற வீரனுக்கு வாழ்க்கையும், இச்சைகளைக் கட்டுப்படுத்தியவனுக்கு பெண்ணும், ஆசையற்றவனுக்கு உலகமும் துரும்புக்குச் சமானம்.

* தண்ணீரில் விழுந்த எண்ணெய்த்துளியும், தீயவன் காதில் விழுந்த இரகசியமும், தக்கவர்க்கு செய்யப்பட்ட உதவியும், அறிவாளியின் புலமையும் தன்னால் பரவிவிடுகிறது.

* ஒருவன் பணத்தையும், நண்பனையும், வீட்டையும் மீண்டும் பெறலாம். சரீரத்தைப் பெறமுடியாது (உயிரைத்தவிர அனைத்தையும் இந்த உலகில் திரும்பப்பெற முடியும். உயிர் உடம்பின் மூலம் பிரதிநிதித்துவப்படுத்தப்படுகிறது.)

* இதயத்தில் இடம் பெற்ற ஒருவர் எவ்வளவு தொலைவில் இருந்தாலும் அது தொலைவாகாது. இதயத்தில் இடம் பெறாதவர் அண்மையில் இருந்தாலும் வெகுதொலைவில் இருக்கிற மாதிரிதான். (எல்லாம் நேசத்தைப் பொறுத்தது.)

* இந்த உலகில் மணி (Gem) போல் உயர்ந்த பொருட்கள் மூன்று: உணவு, தண்ணீர் மற்றும் பரிவான வார்த்தை. முட்டாள்களுக்கோ பளபளக்கும் கற்கள்தாம் மணியாய் தெரிகிறது (மண்ணில் மிக அருமையானவை உணவும், தண்ணீரும், இன்சொல்லும். இவை தேகரீதியாகவும், உணர்வுரீதியாகவும் நம்மை திருப்திப்படுத்துகின்றன.)

* வருத்தம் நோயை வளர்க்கிறது, பால் உடம்பை வளர்க்கிறது. நெய் உடம்பில் விந்துவை அதிகரிக்கச் செய்கிறது. இறைச்சி உண்பதால் உடம்பின் சதைதான் கூடுகிறது.

* பல வண்ணப்பறவைகள் அந்த மரத்தில் வந்தமர்கின்றன. பொழுது விடிந்தால் வெவ்வேறு திசைகளில் பறந்து விடுகின்றன. இதில் வருத்தப்பட என்ன இருக்கிறது? (இந்த உலகில் சந்திக்கிற எல்லாருமே பிரிந்து போகிறார்கள். பிரிவு என்பது வழக்கமான அம்சந்தான்.)

* எல்லா மலைகளிலும் வைரம் கிடைக்கும் என்பதற்கில்லை. எல்லா யானைகளின் மத்தகத்திலும் முத்து விளையும் என்பதற்கில்லை, எங்கும் அறிவாளிகள் இருப்பார்கள் என்பதற்கில்லை, எல்லா வனத்திலும் சந்தனமரம் காணக்கிடைக்கும் என்பதில்லை.

* இன்சொற்களை உதிர்க்கிற வாய் அதிர்ஷ்டம் செய்தது. அதனுடைய கனிவான, பிரியமான வார்த்தைகள் ஏழைகளின் வருத்தத்தைத்துடைக்கும்.

* பார்வையற்றவர்களை செம்மையான பாதையில் இட்டுச் செல்கிற கண்கள் ஆசீர்வதிக்கப்பட்டவை (நீதி: இருப்பவர் இல்லாதவருக்கு உதவவேண்டும்.

* ஆதரவற்றவர்க்கு ஆவன செய்யும் கரங்கள் அதிர்ஷ்டம் பண்ணியவை.

* அடுத்தவர் நலனுக்காக உற்சாகத்துடன் நடக்கிற கால்கள் ஆசீர்வதிக்கப்பட்டவை.

* அடுத்தவருக்காக தங்கள் வாழ்க்கையை அர்ப்பணிக்கிறவர் மற்றவர் சுவைக்க கனிதரும் மரம் போல்வர்.

ராஜநீதி

59
ஒழுங்கு செய்தல்

அமைச்சரவை

ஆட்சி என்பது அடுத்தவர் உதவியின்றி சாத்தியமாகாது. ஒற்றைச் சக்கரத்தில் எந்த வண்டியும் ஓடாது. அதனால்தான் ஒரு அரசன் ஆட்சியில் தனக்கு உதவும் பொருட்டு சில அமைச்சர்களை நியமித்துக் கொள்வது, அவர்களுடைய ஆலோசனையைக் கேட்பது.

'அரசன் தன்னுடைய மாணவப்பருவத்தில் தன்னோடு பழகியவர்களை அமைச்சர்களாக்கிக் கொள்ள வேண்டும். அவர்களுடைய நேர்மையையும், ஆற்றலையும் அவன் புரிந்து கொண்டிருக்க முடியும்' எனகிறார் பரத்வாஜமுனிவர்.

'தோழர்களை அமைச்சராக்கிக் கொள்வது தொல்லைதான். அரசனின் பலவீனங்களை அவர்கள் அறிந்து வைத்திருப்பார்' என்கிறார் ஆச்சார்யா விசாலாட்சா என்பவர்.

'நேரத்தையும் இடத்தையும் கருத்தில் கொண்டு எங்கே எப்படி செயலாற்ற வேண்டும் என்பதை அறிந்தவர்களைத்தான் அமைச்சராக்கிக் கொள்ளவேண்டும்' என்கிறார் கவுடில்யர்.

பிறப்பிடம், பிறந்த குடும்பம், கலைகளில் பயிற்சித் திறன், தொலை நோக்கு, புத்திசாலித்தனம், ஞாபக சக்தி, துணிவு, ஆர்வம், கண்ணியம், சகிப்புத்தன்மை, இயல்பில் தூய்மை, அரசனிடம் விசுவாசம் இவை அமைச்சர்பணி புரிவோருக்கு இருக்க வேண்டிய தகுதிகள். கெட்ட எண்ணமும் விரோத மனப்பான்மையும் இருக்கக் கூடாதவை. சலன புத்தியும், காலதாமதமும் அவர்களை தகுதியற்றவர்களாக்கிவிடும்.

அமைச்சருக்கான தகுதிகளில் பிறப்பிடம், செல்வாக்குபற்றி நம்பிக்கையானவர்களிடம் கேட்டுத் தெரிந்து கொள்ளலாம். கல்வித் தகுதியை ஆசானிடம் கேட்டறியலாம். தொலைநோக்கு, ஞாபகசக்தியை காரியப்பாங்கில் கண்டு கொள்ளலாம்.

பேச்சாற்றல், மதிநுட்பம் மற்றும் திறமையை உரையாடலில் தெரிந்து கொள்ளலாம். துணிவு, தூய்மையான வாழ்க்கை முறையை, விசுவாசத்தை அவ்வப்போது தொடர்பு கொள்வதில் அறியலாம். சகிப்புத்தன்மை, ஆர்வம், விசுவாசமும் அந்நிலையில் புலப்படும். நல்லொழுக்கம், வலிமை, கண்ணியம், சலனபுத்தியின்மை ஆகியவற்றை நெருங்கிய நண்பர்கள் மூலம் உறுதிப்படுத்திக் கொள்ளலாம். அன்பு, இரக்கம் போன்ற அருங்குணங்களை சொந்த அனுபவத்தில் புரிந்து கொள்ள முடியும்.

அரசனுடைய காரியங்கள் மூன்று வகை. வெளிப்படையானது (visible), புலப்படாதது (invisible) அனுமானிக்கத்தக்கது (inferential) என்று வகைப்படும். அரசன் அனைத்துக் காரியங்களையும் ஒரே நேரத்தில் செய்வதற்கில்லை, காரியங்கள் பல மாதிரியாக இருக்கும், வெவ்வேறு இடங்களில் செய்யவேண்டியவைகளாக இருக்கும். அது காரணம் பற்றியே அவன் அமைச்சர்களிடம் பொறுப்புகளை ஒப்படைப்பது.

60
ராஜ குரு

யாருடைய குடும்பமும், குணாதிசயங்களும் உயர்வாகப் பேசப்படுகிறதோ, யார் வேதங்களைக்கற்று, வரும்பொருள் உரைக்கும் திறம் பெற்றிருக்கிறாரோ, அரசியலில் ஆழ்ந்த ஞானம் உடையவராயிருக்கிறாரோ, பேராபத்துகள் நிகழாத வண்ணம் தடுக்கக்கூடியவரோ (அதர்வண வேதத்தில் உள்ளபடி பரிகாரமும், சடங்குகளும் செய்வதன் மூலம்) அவரைத் தமது குருவாக அரசன் நியமித்துக் கொள்ள வேண்டும்.

தந்தையிடம் மகனைப்போல், ஆசானிடம் மாணவனைப் போல், எஜமானிடம் பணியாளைப்போல் அரசன் தனது குருவிடம் நடந்துகொள்ளவேண்டும்.

தன்னுடைய குரு மற்றும் பிரதம மந்திரியின் துணையோடு அரசன் தனது அமைச்சர்களின் குணாதியங்களை சோதித்து அறியலாம்.

மத ரீதியாக சாதித்தறியப்பட்டவரை ராஜீய மற்றும் குற்ற விவகாரங்களைக் கவனிக்கும் அமைச்சராக்கலாம். பணசம்பந்தமான சோதனையில் தேர்ச்சி பெற்றவரை வருவாய்த்துறை அமைச்சராக்கலாம், அரண்மனைக் காரியங்களை அவரிடம் ஒப்படைக்கலாம்.

சோதனைகளில் காதல் தொடர்பானதும் உண்டு. அதில் தேர்ச்சி பெற்றவரை கேளிக்கை மற்றும் உல்லாச மாளிகைப் பொறுப்பில் அமர்த்தலாம். சகல சோதனைகளிலும் தேர்ச்சி பெற்றவர்களை முக்கிய அமைச்சர்களாக நியமித்துக் கொள்ளலாம்.

தமது அமைச்சர்களின் நல்லொழுக்கத்தையும், தீய ஒழுக்கத்தையும் ஒற்றர்கள் மூலம் அரசன் அறிந்து கொண்டுவிடலாம்.

61
உளவு ஸ்தாபனம்

முறையான, தீவிர சோதனைகளுக்குப் பிறகு ஒற்றர்கள் சேர்ந்தெடுக்கப்படுவார்கள். அவர்கள் ஒரு சீடனைப் போலவும், துறவியைப் போலவும், குடும்பத்தலைவன் அல்லது வியாபாரிபோலவும், கடுமையான நெறிமுறைகளைக் கடைப்பிடிக்கிற தபஸ்வி போலவும், பிச்சை எடுக்கிற பெண்மணியாகவும் வேடம் புனைந்து கொள்வார்கள். பல்வேறு மொழிகளில் திறனும், கலைகளில் தேர்ச்சியும் கொண்டவராக இருப்பார்கள். அயல்நாடுகள் மட்டுமன்றி, சொந்தநாட்டில் அரசனின் கட்டளைக் கிணங்க உளவு வேளையில் ஈடுபடுவார்கள். அமைச்சர்கள், மதகுருக்கள், படைத்தலைவர்கள் மற்றும் அரசனின் வாரிசாகக் கூடியவர்களின் நடவடிக்கைகளைக் கண்காணிப்பார்கள். அத்துடன் நியாயாதிபதி, வரிவசூலிப்போர், வாயிற்காப்போர் மற்றும் அந்தப்புர அதிகாரிகளையும் அவர்கள் விட்டுவைப்பதில்லை.

சமையற்காரர், தண்ணீர் சுமப்போர், படுக்கை விரிப்பவர், நாவிதர் போன்ற ஊழியர்களும், கூனன், ஊமை, சித்ரக்குள்ளன், முட்டாள், குருடன், நாடகக் கலைஞர்கள், கோமாளிகள், பாணர்கள் (bards) போன்றவர்களும் ஒற்று வேலையில் ஈடுபடுத்தப்படுவார்கள்.

ஒரு பிச்சைக்காரி வேடத்தில் இருக்கிற பெண் தான் கண்டறிந்த ஒரு தகவலை உளவுஸ்தாபனத்துக்கு தெரிவிப்பாள். உளவுத்துறை அதிகாரி அதனை எழுத்தில் பதிந்து கொண்டு ஸ்தாபனத்தில் உள்ள ஒற்றர்களை அனுப்பிவைப்பார். அந்தப் பெண் கொடுத்திருந்த தகவலின் முக்கியத்துவத்தை அவர்கள் மதிப்பீடு செய்துவருவார்கள்.

வேடம் புனைந்து தகவல் சேகரிப்பவரும், ஸ்தாபனத்தில் நியமிக்கப்பட்ட ஊழியரும் ஒருவரை ஒருவர் அறிந்திருக்கமாட்டார்கள்.

இப்படி மூன்று விதமாக பெறப்பட்ட தகவல் நம்பத்தக்கதாகக் கொள்ளப்படும். மூவரின் தகவலும் வித்தியாசப்பட்டால், தவறான தகவல் தந்த உளவாளி தண்டிக்கப்படுவார், அல்லது வேலை நீக்கம் செய்யப்படுவார்.

கூனரும், குள்ளரும், அலியும், வேலைக்காரிகளும், வீட்டுக்குள் நடப்பவற்றை ஒற்றறிவார்கள்.

வர்த்தகர்கள் (உளவு சொல்பவர்) கோட்டைக்குள்ளும், துறவி வடிவில் உள்ளவர் கோட்டைக்கு வெளியிலும், விவசாயி மற்றும் சாமியார் வடிவில் உள்ளவர்கள் நாட்டுப்புறத்திலும், மந்தை மேய்ப்பவர்கள் எல்லைப்புறங்களிலும் ஒற்றர்பணி செய்வார்கள்.

அன்னிய அரசனால் அனுப்பப்படும் ஒற்றர்களை உள்ளூர் ஒற்றர்கள் கண்டுபிடிப்பார்கள்.

இவ்வாறாக புத்திசாலி அரசன் தனது நாட்டு மக்களுடைய மனவேற்றுகளை, எதிர்ப்புகளை, சதிகளை, அண்டைநாட்டு அரசனின் நடவடிக்கைகளை அறிந்து கொள்வான்.

62

ஆலோசனை சபை

ஆலேசானைக் குழுவின் யோசனைப்படிதான் அனைத்து நிர்வாக நடவடிக்கைகளும் மேற்கொள்ளப்படுகின்றன. குழு ஆலோசனைக்கு எடுத்துக் கொள்கிற விஷயம் இரகசியமாகவே வைக்கப்பட்டிருக்கும். குழுவில் இடம் பெறுகிறவர்கள் போதிய பாதுகாப்புடன் செயல்படுவார்கள். ஆலோசனை சபையின் இரகசியத்தை வெளியில் கசிய

விடுகிறவர் எவராயினும் அவரை நார்நாராகக் கிழித்துப் போட்டு விடுவார்கள்.

சிக்கலான விஷயங்களில் ஒரு அமைச்சரைக் கொண்டு முடிவெடுக்க இயலாது என்பதால், அரசன் மூன்று நான்கு அமைச்சர்களின் ஆலோசனையைப் பெறுவான். அவர்களுடைய கருத்தை தனித்தனியாகவோ ஒட்டு மொத்தமாகவோ கேட்டறிவான்.

அமைச்சர் குழுவில் பன்னிரெண்டு பேர் இடம்பெற வேண்டும் என்கிறது மனு சாஸ்திரம். பதினாறு பேர் இடம்பெற வேண்டும் என்பது பிருகஸ்பதியின் போதனை. அது இருபது பேராக இருக்க வேண்டும் என்பார் சுக்ராச்சாரியார். ஆனால், கவுடில்யரோ அரசின் தேவைக்கேற்ற அளவில் உறுப்பினர்களை நியமித்துக் கொள்ளலாம் என்கிறார்.

63
பிரதிநிதிக்குழு

அமைச்சருக்குரிய தகுதியைப் பெற்றவர்தான் இந்தக் குழுவில் இடம் பெறுவார்கள். இவர்களை 'நிஷ்ரிதார்த்தர்கள்' என்பார் கவுடில்யர். இவர்களுடைய அறிவிலும் தகுதியிலும் நான்கில் ஒருபங்கு குறைவானவர் 'பரிமித தார்த்தர்கள்' என்றும், தகுதியில் பாதி பெற்றவர்' ஷாஸ்னஹார்' என்றும் அழைக்கப்படுவார்கள்.

பிரதிநிதிக்குழுவில் உள்ளவர்கள் தூதுவராக செயல் படுவார்கள். பகைவர் நாட்டின் தலைநகருக்கு அனுமதி பெற்றுச் செல்வார்கள். தம்மிடம் நம்பி ஒப்படைக்கப்பட்ட செய்தியைச் சொல்வார்கள். உயிரையும் திரணமாக மதித்து தாம் மேற்கொண்ட காரியத்தை முடிப்பார்கள்.

செய்திகளை எடுத்துச் செல்வது, உடன்படிக்கை செய்வது, நிபந்தனை அல்லது எச்சரிக்கையை வெளியிடுவது,

சதி ஆலோசனை, நண்பர்களிடையே கருத்து வேற்றுமையை விதைப்பது, எதிரிநாட்டு அதிகாரிகள் மற்றும் தூதர்களின் ஆதரவைப் பெறுவது ஆகியவை இவர்களது கடமைகளாகும்.

64

இளவரசர்களின் பாதுகாப்பு

அரசன் முதலில் தன்னுடைய மனைவி, மக்களிடம் இருந்து தன்னைப் பாதுகாத்துக் கொண்டால்தான் அண்டைநாட்டுப் பகைவர்களிடம் இருந்து நாட்டைப் பாதுகாக்க முடியும்.

இளவரசர்கள் பிறந்ததில் இருந்தே அவர்கள் மீது அரசன் தனிக்கவனம் செலுத்துகிறான். காரணம், நண்டு மாதிரி இளவரசர்களும் தங்களை ஈன்றவர்களையே விழுங்கி ஏப்பம் விடுவார்கள். சுத்தமான பொருளுக்குப் பக்கத்தில் எதனை வைத்தாலும் சுத்தம் அசுத்தமாகிவிடுகிறது. இளந்தளிர்களின் களங்கமற்ற இதயத்தில் நச்சு விதையை ஊன்றினால் அது பிற்பாடு விருட்சமாகி விடுகிறது. விஷவிருட்சம்! இளவரசனுக்கு நல்வாழ்வு, நியாய நேர்மைகள் பற்றித்தான் போதிக்க வேண்டும். நேர்மையற்ற, தீயநெறிகளை அவனுக்குப் போதிக்கக் கூடாது.

ஒரு அரசனுக்கு ஒரே ஒரு மகன்மட்டும் பிறந்து அவனும் உலகியல் வாழ்வில் நாட்டமில்லாதவனாயின் அவனை அரசன் சங்கிலியில் பிணைத்து வைக்கலாம், பல மைந்தர்கள் இருந்தால் அவர்களில் சிலரை வாரிசு இல்லாத இடத்துக்கு அனுப்பிவிடலாம்.

நற்பண்புகள் உடையவனாயிருப்பின் இளவரசனை தலைமைச் சேனாதிபதியாக்கலாம், அல்லது தன்னுடைய வாரிசாக அரசன் நியமித்துக் கொள்ளலாம்.

மைந்தர்கள் மூன்று வகை. விவேகமுள்ளவர்கள், மந்தபுத்தி உள்ளவர்கள், வக்கிரபுத்தி உடையவர்கள்.

அர்த்த சாஸ்திரம்

விவேகமுள்ள இளவரசன் தனக்குப் போதிக்கப்பட்ட நேர்மை, நல்வாழ்வு நெறிகளை நடைமுறைப்படுத்த முயல்வான். நல்லுபதேசங்களை ஒருபோதும் நடைமுறைப்படுத்த முயலாதவன் மந்தபுத்திக்காரன். நேர்மையிலோ, நல்வாழ்விலோ நாட்டமின்றி ஆபத்துகளில் சிக்கிக் கொள்கிறவன் வக்கிரபுத்தி படைத்தவன்.

ஒரு அரசனுக்கு வக்கிரபுத்தியுள்ள ஒரே ஒரு மைந்தன் மட்டும் இருப்பதாக வைத்துக் கொள்வோம். அந்த மகனிடம் ஆட்சிப் பொறுப்பு ஒப்படைக்கப்படுமா என்றால் இல்லை என்று தான் சொல்லவேண்டும். அவன் வழியில் ஒரு மகன் பிறப்பதற்கோ அல்லது மகள் வயிற்றுப் பேரன்களைப் பெறுவதற்கோ முயற்சிகள் மேற்கொள்ளப்படும்.

ஒரு அரசன் முதுமையுற்றோ, நோய்வாய்ப்பட்டோ (மக்கள் இல்லாமல்) இருக்கும் நிலையில் தனது தாய்வழி உறவினர் ஒருவரிடமோ அல்லது நற்பண்புகளுடைய அண்டைநாட்டு அரசனிடமோ தன்னுடைய நிலத்தில் விதைக்கிற உரிமையை வழங்கலாம். (தனது மனைவியை அவன்மூலம் கருத்தரிக்கச் செய்வது) ஆனால், கொடூரமான ஒரு மகனிடம் அரசாட்சியை ஒப்படைப்பது ஒரு போதும் இல்லை.

தன்னுடைய நடவடிக்கைகளில் தந்தை (அரசன்) திருப்தியுறாத நிலையிலும், மற்ற இளவரசர்களைப் போல் தன்னைப் பாவிக்காமல் பாரபட்சமாக நடந்து கொள்கிற போதும் ஒரு இளவரசன் தன்னை வனவாசத்துக்கு அனுப்பும் படி கோரலாம். தனக்கு சிறைவாசமோ, மரணதண்டனையோ விதிக்கப்படும் என்று தெரியும்போது அவன் அண்டைநாட்டரசனிடம் புகலிடம் பெறலாம்.

65

அரசனின் கடமைகள்

அரசனானவன் எப்போதும் விழிப்போடு, தயார்நிலையில் இருக்கவேண்டும். அவன் இரவையும் பகலையும் தனித்தனியே எட்டு பிரிவுகளாகப் பிரித்துக் கொள்ள வேண்டும். முதல்பங்கு நேரத்தில் வரவு செலவுக் கணக்குகளைக் கவனிக்கலாம். இரண்டாவது பங்கு நேரத்தில் குடிமக்களின் விவகாரங்களில் கவனம் செலுத்தலாம். மூன்றாவதில் உண்ணலாம், குளிக்கலாம், படிப்பதில் மூழ்கலாம். நான்காவதை வரித்தொகையாகக் கிடைக்கும் தங்கத்தைப் பெறுவதிலும், மேலதிகாரிகளை சந்திப்பதிலும் செலவிடலாம். ஐந்தாவதில் உத்தரவுகள் (writs) தொடர்பாக அமைச்சர்களுடன் ஆலோசிக்கவும், ஒற்றர்களிடம் ரகசியத்தகவல்கள் பெறவும் செய்யலாம். ஆறாவது பங்கு நேரத்தில் தனியே சிந்திக்கலாம். தனக்கு விருப்பமான பொழுது போக்குகளில் ஈடுபடலாம். ஏழாவதில் யானை, குதிரை, ரதங்கள் மற்றும் காலாட் படையினரை மேற்பார்வையிடலாம். எட்டாவது பங்கு நேரத்தில் தன்னுடைய தலைமைச் சேனாதிபதியுடன் ராணுவ நடவடிக்கைகள் பற்றி ஆலோசிக்கலாம்.

நாளின் முடிவில் சந்தி (மாலைவழிபாடு) பண்ணலாம்.

இரவின் முதல் பகுதியில் உளவுத்துறையினரையும், ரகசிய தூதர்களையும் சந்திக்கலாம். இரண்டாவது பகுதியில் குளித்து, இரவு உணவு முடித்து ஏதேனும் நூல்களைப் படிக்கலாம். மூன்றாவதாக சயன அறையில் நுழைந்து, இசைக் கருவிகளின் முழக்கத்தினூடே உறங்கலாம். நான்காவது ஐந்தாவது பகுதிகளை உறக்கத்தில் கழிக்கலாம். ஆறாவது பகுதியில் காலைக் கடன்களைத் தொடங்கலாம். ஏழாவதில் நிர்வாக அலுவல்களை சிந்திக்கலாம். எட்டாவது பகுதியில் ராஜகுரு

மற்றும் ஆசான்களின் ஆசீர்வாதங்களைப் பெறலாம். கோமாதாவை சுற்றிவந்து வணங்கலாம். பிறகு சபைக்குச் செல்லலாம்.

சபையில் தம்மிடம் குறைபாடுகளை விண்ணப்பித்துக் கொள்ள வந்திருப்போரை, வாசலிலேயே காக்க வைக்கக் கூடாது. அப்படிச் செய்கிற அரசன் குடிமக்களின் பிரியத்தையும், நல்லெண்ணத்தையும் இழந்துவிடுவான். எதிரிகளுக்கு அவன் எளிதான இரை.

குடிமக்களின் மகிழ்ச்சியில்தான் கோமகனின் மகிழ்ச்சியும் அடங்கி உள்ளது. அவர்களுடைய நலனே அவனுடையதும்.

66

அரண்மனையும், அந்தப்புரமும்

அரசன், தன்னுடைய கருவூலத்தைப்போலவே வசிப்பிடத்தையும் பாதுகாப்பாக அமைத்துக் கொள்ளவேண்டும். சுவர்களில் ரகசிய வழி இருக்கவேண்டும். நிலவறையில் தெய்வச் சிலையும் மரக்கதவில் மாற்று ஏற்பாடுகளும் அமைப்பது அவசியம். அங்கிருந்து ஆபத்துகாலங்களில் வெளியேறுவதற்கு வசதியாக பல சுரங்க வழிகள் தேவை. அல்லது மேல்மாடத்தில் இருந்து (upper Storey) வெளியேறுகிறாற் போல் சுவற்று மறைவில் படிக்கட்டு வரிசை வைத்திருக்கலாம். உள்ளீடற்ற (hollow) தூணில் கூட அப்படி ஒரு வெளியேறும் வழியை செய்து கொள்ள முடியும்.

அந்தப்புரச் சுவர்கள் தீப்பற்றிக் கொள்ளாத விதத்தில் அமைக்கப்பட வேண்டும். மழையில் ஊறிய களிமண்ணையும், சாம்பலையும் கொண்டு சுவர்களை எழுப்பலாம்.

ஜீவந்தி, ஷிவேதா, முஷ்காகபுஜ்பா போன்ற மூலிகைகளும் அஷ்வதா, பெஜாதா போன்ற மரக்கிளைகளும் அங்கே

வைக்கப்படுவதால் நச்சுப்பாம்புகள் உள்ளே நுழைய அஞ்சும். அப்படியே வந்தாலும் பூனைகளும், கீரிப்பிள்ளையும், புள்ளிமானும் அவற்றைத் தின்று போடும். பாம்பின் வாடை பட்டதுமே கிளியும், மைனாவும் எச்சரிக்கைக் குரலெழுப்பும்.

அந்தப்புரத்தின் பின்புறம் பெண்களுக்கு அறைகள் ஒதுக்கப்பட்டிருக்கும். அறைகளில் பிணிநீக்கும் மருந்துப் பொருட்கள் இடம் பெற்றிருக்கும். அறைகளுக்கு வெளியே தொட்டிச் செடிகளும், நீர்நிலைகளும் அழகு செய்யும். இளவரசர்களுக்கும், இளவரசிகளுக்கும் தனித்தனியே மாளிகைகள் உண்டு. குளியல் கழிவறைகள், அலுவலகங்கள் என்று பலவும் அமைக்கப்பட்டிருக்கும். இடையில், அந்தப்புர காவற்படை தங்குவதற்கான இடம் ஒதுக்கப்பட்டிருக்கும்.

அந்தப்புரத்தின் உள்ளடங்கிய பகுதியில் அரசன் தனக்குப் பிரியமான அரசியை சந்திப்பான். அதற்குமுன், அரசியின் சரீரத்தூய்மை ப்றறி ஒரு முதிய பணிப்பெண் வந்து அரசனுக்கு உறுதியளிப்பாள். அவன் தனது மனைவியரை துறவிகளும், விதூஷகர்களும், விலைமாதர்களும் அண்டமுடியாத தொலைவில் வைத்துக் கொள்ள வேண்டும்.

ரூபஜீவா எனப்படும் தாசிகள் தங்களுடைய சரீரத்தை நீராடி தூய்மை செய்து, வாசனாதித் திரவியம் பூசி, அணிமணிகளால் அலங்கரித்துக் கொண்ட பின்பு அந்தப்புரப்பணியில் ஈடுபடுத்தப்படுவார்கள். எண்பது வயதுக்கு மேற்பட்ட ஆண்களும், ஐம்பது வயது கடந்த பெண்களும் தான் அந்தப்புரத்தில் அனுமதிக்கப்படுவார்கள். அந்தப்புரத்திற்கு அனுப்பப்படும் அனைத்துப் பொருட்களும் கடுமையாக பரிசோதனை செய்து முத்திரையிடப்பெறும்.

67
அரசனின் சொந்தப் பாதுகாப்பு

படுக்கைவிட்டு எழும் அரசனுக்கு வாழ்த்து கூறி வணங்கி நிற்கும் பெண்கள் கூட்டம். அடுத்த சுற்றில் அரசனுடைய மேலங்கியுடன் 'கஞ்சுகி' எனப்படும் பணியாளும், கிரீடம் தாங்கி 'உஷ்ணிஷி' எனப்படும் பணியாளும் காத்திருப்பார்கள். வயது முதிர்ந்தவர்களும் அந்தப்புரத்தின் மற்ற ஏவலரும் அவர்களோடு நின்றிருப்பார்கள். மூன்றாவது சுற்றில் கூனர்களும், சித்ரக்குள்ளரும் அரசனை வரவேற்பார்கள். நான்காவது சுற்றில் அமைச்சர் பிரதானிகளும, உறவினரும், ஈட்டியை கையில் ஏந்திய வாயிற் காப்போரும் நின்றிருப்பார்கள்.

பரம்பரையாக நம்பிக்கைக்குரியவர்களைத்தான் அரசன் தன்னுடைய மெய்க்காப்பாளராக நியமித்துக் கொள்ள வேண்டும். அல்லது தனது உறவினர்களில் விசுவாசம் உள்ளவர்களை அந்தப்பணியில் அமர்த்திக் கொள்ளலாம்.

சமையலிடம் தக்கபாதுகாப்பு கொண்டிருக்கும். தலைமைச் சமையற்காரர் தயாராகும் அறுசுவை உணவுவகைகளை மேற்பார்வையிடுவார். தனக்குப் பரிமாறப்படும் உணவுகளில் ஒரு பகுதியை அரசன் நெருப்பிலிடுவான், ஒருபகுதியை பறவைகளுக்குப் போடுவான். சுவாலையும் புகையும் நீலமாக மாறினால், படபடவென்று சப்தமிட்டால் உணவில் நஞ்சு கலந்திருப்பதாக அர்த்தம், உணவை உண்ட பறவை விழுந்து மடிந்தாலும் உணவில் நஞ்சு கலந்திருப்பதாகக் கொள்ளப்படும்.

உணவில் நஞ்சு கலந்திருப்பதை கண்டு கொள்ள வேறு அடையாளங்களும் உண்டு. உணவில் இருந்து மேலெழும் ஆவி மயிற்கழுத்து நிறமாய் இருக்கும். திடிரென குளிர்ந்து சில்லிடும். இயல்பான ருசியோ, மணமோ இருக்காது.

வழக்கத்துக்கு மாறாக சமையல் பாத்திரங்கள் ஒளியை கூடுதலாகவோ குறைவாகவோ பிரதிபலிக்கும். திரவரூபத்தயாரிப்பாயின் மேற்பரப்பில் கோடுகள் தெரியும். பாலில் நீலம் படியும். தயிரில் கறுப்பு தட்டும். தேனில் திரிவு இருக்கும். தண்ணீர் சிவந்து காணும். உலர்பொருட்களின் வடிவம் மாறிவிட்டிருக்கும். கடினப்பொருட்கள் மென்மையாகவும், மென்மையான பொருட்கள் கடினமாகவும் மாறிவிடும். தரை விரிப்புகளில் கருநிறத்தில் வட்டமாய் புள்ளிகள் விழும்.

நஞ்சினை உண்ட நபருக்கு வாய் உலர்ந்துவிடும். பேச்சு குளறும், கடுமையாய் வியர்க்கும், கொட்டாவியாக வரும், உடம்பில் நடுக்கமெடுக்கும். வேலையில் கவனம் இருக்காது. ஆக, அரசனை நஞ்சுபாதித்து விடாதபடிக்கு மருத்துவர்கள் கண்டுபிடித்து விடுவார்கள்.

நஞ்சு முறிவுக்கான மருந்துகள் பரிசோதிக்கப்பட்டு, ஆயத்தநிலையில் இருக்கும். மருத்துவர்கள் உடனே அதனை அரசனுக்குக் கொடுப்பார்கள். பணியாட்கள் குளித்து, வேற்றுடை அணிந்து கொண்டு அரசனை குளிக்கச் செய்வார்கள். அரசனுக்கு புதிய உடைகளை அணிவித்து, புதிய வாசனைப் பொருட்களைப் பூசுவார்கள்.

அரசன் உபயோகிக்கிற குளியல் நீரில் இருந்து, பூக்கள் நறுமணப் பொருட்கள் வரை அனைத்தையும் அரசனை குளியலுக்கு சித்தப்படுத்தும் தாசிகளும், ஏவலாட்களும் சோதிப்பார்கள். அவர்கள் தங்களுடைய நயனத்தாலும், கைகளாலும், மார்பினாலும் பொருட்களின் தன்மையை சோதித்தறிவார்கள். வெளியாரிடம் இருந்து எதைப் பெற்றாலும் அந்த விதியை கடைப்பிடிப்பார்கள்.

கலைஞர்கள் ஆயுதங்களோ, நெருப்போ, விஷமோ இல்லாத பொழுது போக்குகளில் அரசனுக்கு மகிழ்ச்சியை அளிப்பார்கள்.

அரசன் யானை அல்லது குதிரையில் ஆரோகணிப்பதற்கு முன் தனது சாரதியை விட்டு அவற்றை ஆராய்ந்து கொள்வான்.

அரசன் தனது நம்பிக்கைக்குகந்த படகோட்டியுடன் படகுப்பயணம் செய்யவேண்டும். அவனுக்கு பாதுகாப்பளிக்க இன்னொரு படகும் இணையாகவரும்.

அரசன் நீந்திக்களிப்பதற்கு ஏதுவாக நீரில் பெரிய மீன்களோ, முதலைகளோ இருக்கக்கூடாது. அவன் காட்டில் வேட்டையாடப்போகும்போது, வேட்டைக்காரர்கள் அந்த இடத்தில் பாம்புகள், வழிப்பறிக்காரர்கள், பகைவர்கள் உண்டா இல்லையா என்பதைக் கண்டறிவது அவசியம்.

அரசன் துறவிகளை, மகான்களை சந்திக்கிறபோதும் அவனுடன் ஆயுதம் தாங்கிய பாதுகாவலர்கள் இருப்பார்கள். வெளிநாட்டுத்தூதர்களை அவன் உபசரிக்கிறபோது மந்திரிப்பிரதானிகளும் அரசனோடு இருக்க வேண்டும்.

அரசன் நகருலா சென்று வருகிறபோது வழிநெடுக காவலர்கள் நிற்கவேண்டும். அரசனுடைய பார்வையில் துறவிகளோ, ஊனமுற்றவர்களோ, ஆயுத பாணியானவர்களோ தென்படாதபடி அவர்கள் பார்த்துக் கொள்ளவார்கள்.

எப்படி உளவுத்துறையினர் உதவியோடு மற்றவர்களைப் பாதுகாக்கிறானோ அப்படியே தன்னையும் பாதுகாத்துக் கொள்ள போதிய நடவடிக்கை எடுத்துக் கொள்கிறவனே புத்திசாலி அரசன்.

68

அரசுமேலதிகாரிகளின் கடமைகள்

அரசன் புதிய இடங்களிலும், பழையனவற்றைத் திருத்தியும் கிராமங்களை உருவாக்கலாம். அங்கு

அந்நியர்களைக் குடியேற்றலாம் அல்லது மக்கள பெருக்கம் உள்ள தனது நாட்டுப் பகுதியில் இருந்து சிலரை அங்கே அனுப்பி வசிக்கச் செய்யலாம். ஒவ்வொரு கிராமமும் நூற்றுக்குக் குறையாத குடும்பங்களைக் கொண்டிருக்கும். அதிகபட்சமாக ஐநூறுகுடும்பங்கள் இருக்கும். பெரும்பாலும் அவர்கள் விவசாயத்தைத் தொழிலாய்க் கொண்டவர்கள். ஆறுகளும், மலைகளும், காடுகளும் எல்லைகளாகக் குறிக்கப்பெறும்.

எண்ணூறு கிராமங்களின் மையமாக ஒரு கோட்டை (Sthanya) அமைக்கப்படும். நானூறு கிராமங்களுக்கு நடுவாக அமைவது 'Kharvaatika' என்றும் அழைக்கப்படும். பத்துகிராமங்களுக்கு ஒரு 'Sangrahana' அமையும்.

தலைநகரைச் சுற்றி கோட்டைச் சுவர்கள் அரணாக நிற்கும். ஆயுதம் தரித்தவீரர்கள் நுழைவாயில்களில் காவல் புரிவார்கள். உட்சுவற்றில் பொறிகளை இயக்குபவர்களும், தேர்ந்த வில்லாளிகளும், வேடுவர்களும் இருப்பார்கள்.

வேள்வி செய்கிறவர்களுக்கும், ஆன்மீக வழிகாட்டி களுக்கும், குருமார்களுக்கும் வேதவிற்பன்னர்களுக்கும் இறையிலி (வரிவிதிப்புகளற்ற) நிலங்கள் வழங்கப் படவேண்டும்.

அந்த நிலங்களை அவர்கள் விற்கவோ, அடமானம் வைக்கவோ முடியாது. மேலதிகாரிகளுக்கும், கணக்காயர் களுக்கும், ஸ்தானிகர்களுக்கும், கால்நடை மருத்துவர் களுக்கும், மருத்துவர்கட்கும், தூதர்கட்கும் அவ்வாறே நிலங்கள் அளிக்கப்படும். வரிசெலுத்துவோர் தங்களுடைய ஜீவ பரியந்தம் விவசாய நிலங்களை அனுபவித்துவரலாம்.

யாரேனும் நிலத்தை தரிசாகப் போட்டு வைத்திருந்தால் அந்த நிலம் அவர்களிடமிருந்து பறிக்கப்பட்டு மற்றவர்களுக்கு வழங்கப்படும். ஒழுங்காக நிலவரி செலுத்துகிறவர்களுக்கு

தானியம், பணம், கால்நடைகளை அரசு வழங்கும். சுரங்கம் தோண்டுதல், காடுவளர்த்தல், சாலை அமைத்தல், வியாபார நகரங்களை நிர்மாணித்தல், ஏரிகுளம் வெட்டுதல் போன்ற காரியங்களை அரசன் மேற்கொள்வான்.

அனாதைகளையும், முதியவர்களையும், பலவீனர்களை யும், தண்டனை விதிக்கப்பட்டவர்களையும் பராமரிப்பது அரசனின் பொறுப்பு.

கோவில் சொத்துக்களையும், குழந்தைகளின் (அவர்கள் வயதடையும் வரை) சொத்துக்களையும் ஊர்ப்பெரியவர்கள் பராமரிப்பார்கள்.

தன்னுடைய மனைவி, குழந்தைகளை பராமரிக்கத் தவறுகிறவனுக்கு தண்டனை உண்டு. தனது குடும்பத்துக்குத் தேவையான வசதிகளை செய்து தராமல் துறவு மேற்கொண்டவர்க்கும் தண்டனை விதிக்கப்படும்.

69
பொக்கிஷதாரர் (Treasurer)

கருவூலம், வர்த்தக நிலையம், தான்யக்கிடங்கு, ஆயுதசாலை, வனப்பொருட்களை சேமிக்குமிடம், சிறைச்சாலை ஆகியவற்றைக் கட்டுவதும், பராமரிப்பதும் பொக்கிஷதாரரின் பணியில் அடங்கும்.

பொக்கிஷதாரரை அரண்மனையின் காரியதரிசி எனலாம். அவருக்குத்துணைபுரிய அந்தந்தத் துறையின் வல்லுனர்கள் நியமிக்கப்படவேண்டும்.

வைரமாகட்டும், தனதான்யங்களாகட்டும் ஆயுதங் களாகட்டும் எதிலும் தரமானவைகளை வாங்குவதும், தரமற்றதை விற்பவருக்குத் தண்டனை விதிப்பதும் அவருடைய அதிகாரம். ஒரு அதிகாரியோ, எழுத்தரோ, ஏவலாளரோ பணத்தைக் கையாடல் செய்தால்

அதிபட்ச தண்டனை (மரணம் உட்பட) வழங்க வேண்டும்.

பணத்தைக் கையாடல் செய்யும் கருவூல அதிகாரிக்கு சவுக்கடி வழங்கப்படும்.

தமக்குக் கீழ் நம்பிக்கைக்குரிய அதிகாரிகளை நியமித்துக் கொண்டு வரிவசூல் செய்வதும் பொக்கிஷதாரரின் கடமை. அத்தனை வரவு செலவுக் கணக்குகளும் அவருக்கு மனப்பாடமாக இருக்க வேண்டும்.

70

வரிவசூல் தலைமை அதிகாரி

கோட்டைப்பகுதி, நாட்டுப்பகுதி, சுரங்கம், காடு, கால்நடை, சாலைகள், கட்டிடங்கள் ஆகியவை இந்த அதிகாரியின் கண்காணிப்பில் வரும்.

தீர்வை, தண்டம், அளவை, நாணய சாலையை மேற்பார்வை செய்தல், முத்திரை அதிகாரி, கசாப்பு, நூல், எண்ணெய், நெய், சர்க்கரை, பண்டக சாலை, விபச்சாரம், சூதாட்டம், கைவினைஞர்கள், ஆலய அதிகாரி, நுழைவாயிலில் வசூலிக்கப்படும் வரி ஆகியன கோட்டைத் தலைப்பில் அடங்கும்.

அரசு நிலங்களின் உற்பத்தி, சமயவரி, வியாபாரிகள், ஆறு, கப்பல், படகு, நகரங்கள், மேய்ச்சல் நிலங்கள் ஆகியவை நாட்டுப் பகுதிகளில் அடங்கும்.

தங்கம், வைரம், வெள்ளி, முத்து, பவழம், சங்கு, உலோகங்கள், உப்பு, தாதுக்கள் சுரங்கம் தொடர்பானவை.

பூந்தோட்டம், பழத்தோட்டம், காய்கறித்தோட்டம், பயிர் நிலங்கள் காட்டுப்பகுதி சார்ந்தவை. வேட்டைக்காடு, மரக்காடு, யானைக்காடுகளும் இதில் அடங்கும்.

பசு மாடுகள், எருதுகள், ஆடுகள், கழுதைகள், ஒட்டகங்கள், குதிரைகள் கால்நடைக் கணக்கில் வரும்.

முதலீடு, பங்கு, சேமிப்பு, வரிகள், அபராதங்கள் என்று வசூலுக்கான ஆதாரங்கள் பல.

கடவுளையும், மூதாதையரையும் வழிபடும்போது மந்திரகோஷம் செய்பவருக்கு அளிப்பது, பரிசுகள் வழங்குவது, அந்தப்புரம், சமையல், தூதர்கள், பண்டகசாலை, ஆயுத உற்பத்தி, தொழில்கள், காலாட்படை, குதிரைப்படை, தேர்ப்படை, யானைப்படை, கால்நடைகள், கால்நடைத்தீவனம் என்ற பலவும் செலவினத்தில் அடங்கும்.

கருவூலத்தில் சேர்ப்பிக்கப்பட்ட தொகை, அரசரால் எடுத்துக் கொள்ளப்பட்டது, தலைநகரச் செலவு இவற்றைப் பதிவு செய்வதும் வரிவசூல் அதிகாரியின் கடமை.

வரிபாக்கி, அபராதபாக்கி, ஆதாயம் தரும் வேலைகளைத் திட்டமிடுதல் ஆகியவையும் அவருடைய பணிகள்தாம்.

செலவுகளைக் குறைத்து, வருமானத்தைப் பெருக்க வழி செய்பவரே திறமையான வரிவசூல் அதிகாரியாவார்.

71

கணக்குகளைப் பராமரித்தல்

கணக்காயர் அலுவலகம் வடக்கு அல்லது கிழக்குப் பார்த்து இருக்க வேண்டும். எழுத்தர்களுக்கான இருக்கைகளும், கணக்குப் புத்தகங்களுக்கான அலமாரிகளும் செம்மையாக அமைக்கப்படுதல் வேண்டும்.

பலதுறைகளின் ஆதாயம், இழப்பு, செலவு, வழங்கப்பட்ட ஊதியங்கள், வேலைகளில் செய்யப்பட்ட முதலீடு, வைரம் போன்ற விலைமிக்க பொருட்களில் இருந்து மலிவான பொருட்கள் வரையான விலைவிகிதம், அரசவைக்கு

வந்து குவியும் பரிசுப்பொருட்கள், அரசனின் மனைவி மக்கள் நிலங்களாகவும், அணிமணிகளாகவும் அனுபவிக்கிற ஆதாயங்கள், நட்பு கருதி அண்டை நாட்டு அரசர்களுக்கு அனுப்பப்படும் வெகுமதிகள் போன்ற அனேக கணக்குகளையும் அததற்குரிய பதிவேடுகளில் குறித்து வைப்பது கணக்காயர் கடமை.

ஆஷாட மாதத்தில் (ஜூலை) கணக்குளை முடித்துக் கொடுப்பது அவரது பொறுப்பு, அதிகாரியின் அலட்சியத்தால் வரிவசூலில் இழப்பு ஏற்பட்டால் அது குற்றமாகக் கருதப்படவேண்டும்.

காலத்தில் கணக்கையும், வரிவசூல் தொகையையும் செலுத்தத்தவறிய கணக்காயருக்கு நிலுவைத் தொகை (Due)யைப் போல் பத்து மடங்கு அபராதம் விதிக்கப்பட வேண்டும்.

72
சுரங்க அதிகாரி

சுரங்கங்களைக் கண்காணிக்கிற மேலதிகாரி செம்பு மற்றும் உலோகத்தாதுக்கள் பற்றிய விஞ்ஞான அறிவைப் பெற்றிருக்க வேண்டும். ரத்தினப் பரீட்சையில் வல்லவராக இருக்க வேண்டும். அவருக்குக் கீழ் அனேக வல்லுனர்களும் தொழிலாளர்களும் இருப்பார்கள்.

சுரங்கத்தில் இருந்து எடுக்கப்படும் உலோகங்களை வழக்கப்படி உபயோகிக்க வேண்டும்.

சுரங்கத்தில் இருந்து எடுக்கப்பட்ட உலோகப்பொருளைக் கவர்ந்து செல்லும் தொழிலாளிக்கு அந்தப் பொருளின் மதிப்பைப் போல் எட்டு மடங்கு அபராதம் விதிக்க வேண்டும்.

73
நாணயசாலைக் கண்காணிப்பு

நான்கு பங்கு செம்புடன் ஆறில் ஒரு பங்கு மற்ற உலோகம் கலந்து நாணயங்கள் தயாரிக்கப்படும். அவை ஒரு பணம், அரைப்பணம், கால்பணம், அரைக்கால் பணம் என வெவ்வேறு மதிப்பு கொண்டவைகளாக இருக்கும். நாணயசாலை மேலதிகாரியின் பொறுப்பில் நாணயங்கள் தயாரிக்கப்பட வேண்டும்.

74
கடற்செல்வக் கண்காணிப்பு

முத்து, பவழம் போன்ற அருநிதியங்களை சேகரிப்பதும் சங்கு, உப்பு போன்றவற்றை திரட்டுவதும் அவற்றின் வாணிகத்தை ஒழுங்கு செய்வதும் கடல்துறை மேலதிகாரியின் பொறுப்பாகும்.

உப்புப் படிவங்கள் தயாரானதும் உப்பள வாடகையை வசூலித்தலும், அரசுப்பங்கு உப்பைப் பெறுவதும் அவருடைய கடமை.

வேதம் கற்றவரும், தவம் புரிகிறவரும், தொழிலாளிகளும் தங்கள் சாப்பாட்டுக்காக உப்பை எடுத்துச் செல்லலாம். மற்றபடி உப்புக்கு தீர்வை விதிக்கப்படவேண்டும்.

75
தங்கக் கண்காணிப்பாளர்

தங்க, வெள்ளி ஆபரணங்கள் தயாரிக்கும் இடம் அக்ஷசாலா (Goldsmith's Office) எனப்படும். அது ஒரே ஒரு கதவும், நான்கு அறைகளும் கொண்டதாக இருக்கும். நற்குடிப்பிறந்த, தொழிலில் தேர்ச்சி உள்ள

பொற்கொல்லர் கடைவைத்துக் கொள்ள அனுமதிக்கப்பட வேண்டும்.

பொற்கொல்லர்களுக்கு தங்கத்தை நிறுத்துக் கொடுத்து, அதற்கான ஆபரணங்கள் எடைபோட்டு வாங்குவது கண்காணிப்பாளர் பொறுப்பு. அக்ஷசாலாவிற்குள் நுழைகிற தொழிலாளிகளையும் அங்கிருந்து வெளியேறுகிறவர்களையும் சோதனையிட்ட பிறகே அனுப்பவேண்டும்.

அரசாங்கப் பொற்கொல்லர் செய்தொழில் வல்லவர்களை (Artisans) அமர்த்திக் கொண்டு தங்க, வெள்ளி நாணயங்களைத் தயாரிக்க வேண்டும்.

அவர்கள் வேலை முறையிலோ, கால தாமதத்திலோ பாதிப்பை ஏற்படுத்தினால் அவர்களுடைய ஊதியத்தை வழங்காமல் நிறுத்திவிட வேண்டும். அத்துடன் அவர்களது ஊதியத்தைப்போல் இரண்டு மடங்கு தொகையை அபராதமாகவும் விதிக்க வேண்டும்.

நவமணிகளின் இயல்புகளையும், நிறங்களையும், எடையையும் இன்ன பிற விபரங்களையும் அரசாங்கப் பொற்கொல்லர் நன்றாக அறிந்திருக்க வேண்டும்.

76

கிடங்குக் கண்காணிப்பாளர்

விவசாய உற்பத்திக் கணக்குகளை மேற்பார்வையிடுவது, வர்த்தகம், பண்டமாற்று மூலம் கிடைக்கிற வரிகள் தான்யக் கடன், அரிசி எண்ணெய் தயாரிப்பு, கடன்களை வசூலிப்பது, செலவுக்கணக்கை தணிக்கை செய்வது போன்ற வேலைகளையும் இவர் கவனிக்க வேண்டும்.

விவசாயக் கண்காணிப்பாளர் மூலம் கிடங்குக்கு வந்து சேருகிற எதுவும் (அரசு நிலத்தில் இருந்து) ஸிட்டா (Sita) எனப்படும்.

விவசாய உற்பத்தியில் ஆறில் ஒரு பங்கு வரி, மதகாரியங்களுக்காக விதிக்கப்படும் வரி, குறுநில மன்னர்களிடம் பெறப்படும் வரித்தொகை, விசேஷ காலங்களில் (இளவரசன் பிறந்தது போன்ற) விதிக்கப்படும் வரி, ஏரி, குளத்தீர்வைகள் ராஷ்ட்ரா (Rashtra) என்ற தலைப்பில் வரும்.

தான்யங்களை விற்பது, வாங்குவது, தான்யக்கடன் ஆகியவை வர்த்தகத்தில் அடங்கும்.

ஆதாயகரமான பரிமாற்றம் பண்டமாற்று.

பாக்கியை வசூலிப்பது ‘உபஸ்தனா’. தொழிலாளர்களைப் பயன்படுத்தி எண்ணெய் சர்க்கரை தயாரிப்பது ‘ஸிம்ஹானிகா’.

தான்யத்தை இரந்து பெறுவது ‘ப்ராமித்யகா’.

திருப்பித் தருவதாக வாக்களித்துப் பெறுவது ‘ஆபமித்யகா’.

தான்யம், எண்ணெய், சர்க்கரை, உப்பு தொடர்புடைய கடமைகள் விவசாயக் கண்காணிப்பாளருக்குரியவை.

77

வர்த்தக மேலதிகாரி

வாணிகப் பொருட்களின் தேவை, விலையின் ஏற்றத் தாழ்வுகளை வர்த்தகமேலதிகாரிதான் உறுதிப்படுத்த வேண்டும்.

பொருட்களை வாங்குவது, விற்பது, விநியோகிப்பது பேன்றவை எந்தெந்த நேரத்தில் மேற்கொள்ளப்பட வேண்டும் என்பதையும் அவர்தான் உறுதிப்படுத்த வேண்டும். மக்களுக்கு அன்றாடம் தேவைப்படும் எந்தப் பொருளுக்கும் காலக்கட்டுப்பாடு செய்தல் கூடாது.

சில்லறை வியாபாரியாயினும், மொத்த வியாபாரியாயினும் பொருட்களை குறித்த விலையில் விற்க வேண்டும். அந்நியப்

பொருட்களை இறக்குமதி செய்வோருக்கு வர்த்த மேலதிகாரி சலுகைகள் வழங்கவேண்டும்.

ஏற்றுமதி செய்யப்படும் பொருட்களில் லாபமில்லாது போனால் ஆதாயகரமான முறையில் எந்தெந்தப் பொருட்களை பண்டமாற்று செய்யலாம் என்பதை அவர் முடிவு செய்யலாம்.

78

காட்டில் விளையும் பொருட்கள்

வனங்களுக்குரிய மேலதிகாரி வனக்காவலர்களின் துணையோடு மரங்களையும், விளைபொருட்களையும் சேகரிக்க வேண்டும். காட்டில் விளையும் பொருட்களை பாழ்படுத்துவோருக்கு அபராதம் விதிக்கவோ, அவர்களிடம் நஷ்டஈடுபெறவோ அவருக்கு அதிகாரம் உண்டு.

(விலங்குகளின் தோல்கள், எலும்புகள், நச்சுத்தாவரங்கள், தேக்கு, தேவதாரு, மூங்கில், சந்தனம், அகில், பிரம்பு என்று ஒரு நீண்ட் பட்டியல் இடுகிறார் கௌடில்யர்.)

கோட்டைப் பாதுகாப்புக்குத் தேவையான பொருட்களை தயாரித்து அனுப்புவதும் காட்டிலாக்கா அதிகாரியின் பொறுப்பு.

79

ஆயுதசாலை அதிகாரி

ஆயுதங்களை குறித்த நேரத்தில், குறித்த ஊதியத்தில் தயாரித்துக் கொடுக்க அனுபவமுள்ளவர்களை நியமித்துக் கொள்வது அதிகாரியின் கடமை. கோட்டை கொத்தளங்களின் நிர்மாணம், பாதுகாப்பு மற்றும் போர்க்களத்துக்குத் தேவையான ஆயுதங்களையும், கவசங்களையும், சக்கரங்களையும் அவர்கள் தயாரிப்பார்கள்.

ஆயுதங்களையும், கருவிகளையும் அவற்றிற்கென அமைந்த இடங்களில் வைத்துப் பாதுகாக்க வேண்டும். அவற்றை அடிக்கடி துடைத்து வைக்கும்படியும், வெளியிடங்களுக்கு அனுப்பும் நிலையில் கண்காணிப்பதும் அந்த அதிகாரியின் கடமை.

யானை, குதிரை, இரதங்களுக்கான அலங்காரப் பொருட்களும், அவற்றை யுத்தக்களத்துக்கு கொண்டு செல்ல உதவும் அங்குசம், கொக்கி போன்றவைகளும் துணைக்கருவிகளில் அடங்கும்.

80

அளவை, நிறுவை

பண்டங்களை அளப்பதற்கும், நிறுப்பதற்கும் தேவையான உபகரணங்களை அளவை நிறுவை அதிகாரி தயாரிப்பார். இரும்பில் செய்த எடைக்கற்களும், கருங்கற்களும் நிறுவைக்குப் பயன்படுத்தப்பட்டன. எடைகள் சுவர்ணா என்றும் தாரணா என்றும் பிரித்தறியப்பட்டன.

தங்கம் வெள்ளியின் எடையைக் கண்டறிய பத்துவித தராசுகள் உண்டு. மற்றபொருட்களை நிறுப்பதற்கு 'சாமவ்ருத்தா' என்ற தராசும் அதைவிட இரண்டு மடங்கு எடை உள்ள வேறு இரண்டு தராசுகளும் மற்றொன்றும் இருந்தன. அவை அயமனி, வ்யவஹாரிகி மற்றும் பாஜினி என்று அழைக்கப்பட்டன. இவற்றில் இறைச்சி, இரும்பு உப்பு அல்லது வைரம் நிறுக்கப்பட்டன. மரத்தராசும் பயன்படுத்தப்பட்டது.

நான்கு மாதங்களுக்கொருமுறை அளவை நிறுவை உபகரணங்களை சோதித்தறிவது அதிகாரியின் கடமை.

81
காலஅளவுகள்

நாளின் முதற்பகுதி முற்பகல் என்றும், இரண்டாவது பகுதி பிற்பகல் என்றும் பிரித்தறியப்பட்டது. துதா, லுவ், நிமேஷ், கஷ்தா, காலா, நாதிகா, முகூர்த்தா என்பன கால அளவுகள்.

பருவத்தைக் குறிப்து 'ரிது' ஆறு மாதங்களை 'அயன' என்றும், வருஷத்தை 'வத்ஸர்' என்றும் அழைக்க வேண்டும். பதினேழு வருஷங்கள் கொண்டது ஒரு யுகம். கால்நிமேஷ் ஒரு துதா என்றும், இரண்டு 'துதா'க்கள் ஒரு லுவ் என்றும், இரண்டு 'லுவ்'க்கள் ஒரு 'நிமேஷ்' என்றும், ஐந்து நிமேஷ்கள் ஒரு 'கஷ்தா' என்றும் முப்பது கஷ்தாக்கள் ஒரு 'காலா' என்றும், நாற்பது காலாக்கள் ஒரு 'நாதிகா' என்றும் கணக்கிடப்படும்.

2 நாதிகாக்கள் ஒரு முகூர்த்தம்

15 முகூர்த்தங்கள் ஒரு நாள்.

பதினைந்து நாட்கள் (இரவும், பகலும்) ஒருபட்சம் எனப்படும்.

வளர்பிறைக் காலம் சுக்லபட்சம், தேய்பிறைக்காலம் பகுளம் எனப்படும். இரண்டு பட்சங்கள் சேர்ந்தது ஒருமாதம்.

இரண்டு மாதங்கள் சேர்ந்தது ஒரு பருவம் (Ritu) ஷ்ராவன் மற்றும் ப்ரோஷ்தபாதம் மழைப்பருவம் (Varsha) ஆகும். அசுவினி கார்த்திகை சேர்ந்தது இலையுதிர்காலம். (Sharad) மார்க்ஷ்ரிஷாவும் பவுஷாவும் சேர்ந்தது குளிர்காலம். (Hemant) மகாவும், பல்குணாவும் சேர்ந்தது பனிக்காலம். (Shishir) சைத்ர, வைசாக மாதங்கள் சேர்ந்தது கோடைகாலம். (Greeshma)

82
தீர்வை அதிகாரி

நகரின் பிரதான வாயிற்பக்கம் தீர்வை அதிகாரியின் அலுவலகம் இருக்கவேண்டும். சுங்கச் சாவடி வழியே வணிகர்கள் தங்களுடைய வணிகப் பொருட்களுடன் வருவார்கள். அவர்கள், யார் எங்கிருந்து வருகிறார்கள். அவர்கள் கொண்டு வந்த பொருட்களின் அளவு என்ன என்பவற்றை நான்கைந்து வரிவசூல் அதிகாரிகள் கவனிப்பார்கள். பொருட்களின் மீது முத்திரையிடப் பட்டிருக்கவேண்டும். முத்திரையிடப்பெறாத பொருட்கள் எனில் அவற்றிற்கு இருமடங்கு வரிவிதிக்கப்பட வேண்டும். முத்திரை போலியாக இருந்தால் எட்டு மடங்கு வரி விதிக்கப்படும்.

பொருளின் அளவு அல்லது தரத்தை மறைத்து குறைவான வரி செலுத்த முயலும் வியாபாரிக்கும், அவருக்கு உடந்தையாக இருக்கும் அதிகாரிக்கும் எட்டு மடங்கு அபராதம் விதிக்கப்படும்.

திருமணத்துக்கென்று கொண்டு செல்லப்படும் பொருட்களுக்கும், மணப்பெண்ணின் சீர்வரிசைகளுக்கும், அன்பளிப்பாக வழங்கப்படுகின்ற பொருட்களுக்கும், வேள்விப் பொருட்களுக்கும், கடவுளின் வழிபாட்டுக்குரிய பொருட்களுக்கும் வரிவிதிக்கக் கூடாது.

பொய் சொல்கிறவர்கள் களவாணிகளாகக் கருதப்படுவர், வ்ணிகப் பொருட்களை திருட்டுத்தனமாகக் கொண்டு செல்கிறவர் அந்தப் பொருட்களின் மதிப்புக்கு ஈடாக அபராதம் விதிக்கப்படுவர்.

தடை செய்யப்பட்ட ஆயுதங்களை, தான்யங்களை, உலோகங்களை, இரத்தினக்கற்களை இறக்குமதி செய்கிற வருக்கு தண்டனை வழங்குவதோடு அப்பொருட்களை பறிமுதல் செய்வதும் அவசியம்.

83
நெசவுத்துறை அதிகாரி

நூல்கள், உடைகள், மேலங்கிகள் தயாரிப்பதில் தகுதி உள்ளவர்களை ஈடுபடுத்துவது அதிகாரியின் கடமை.

விதவைகள், ஊனமுற்ற பெண்கள், அரசனின் பணிவிடைப் பெண்களில் முதியவர்கள், விலைமாதர்கள் (தேவதாசிகள்) ஆகியோரை கம்பளம் நறுக்கவும், கித்தான் துணி தயாரிக்கவும், நார் சணல் தயாரிக்கவும், பருத்தி இழைகளை உருவாக்கவும் அமர்த்திக் கொள்ளலாம்.

நூலிழைகளில் நயமானவை, முரட்டுத்தனமானவை, நடுத்தரமானவை என்று தரம் பிரித்து அதற்கேற்ப கூலி வழங்கவேண்டும். உற்பத்தியின் அளவையும் கருத்தில் கொள்ள வேண்டும். நூற்பு, நெசவுத் திறன் உள்ளவர்க்கு விடுமுறை நாளிலும் வேலை கொடுத்து விசேஷ ஊதியம் வழங்கலாம்.

கொடுக்கப்பட்ட வேலையை குறிப்பிட்ட நேரத்துக்குள் முடித்துக் கொடுக்கும் நெசவாளிக்கு, ஊதியம் இவ்வளவு என்பதை நிர்ணயம் செய்துவிட வேண்டும்.

பட்டு, பருத்தி ஆடை நெய்வோருக்கு வாசனைத் திரவியங்களையும், பூமாலைகளையும் வெகுமதி செய்யலாம். அவ்விதம் அவர்களை ஊக்குவிக்க வேண்டும்.

ஆடைகளுடன் விரிப்புகளும், திரைச் சீலைகளும் தயாரிக்கப்படவேண்டும்.

வீட்டைவிட்டு வெளிச்செல்லாத பெண்களும், ஊனமுற்ற பெண்களும், அயல்நாடு சென்று விட்டவரின் மனைவியரும் நூற்புப்பணியில் ஈடுபடுத்தப்பட்டால் அவர்களுடைய ஜீவிதத்துக்கு உதவியாக இருக்கும்.

காலையில் வெளிச்சம் வந்ததும் பெண்கள் தங்களுடைய நூலை நெசவுக் கழகத்தில் கொடுத்து சம்பளம் பெற்றுக் கொள்ளலாம். தங்களுக்கு வழங்கப்பட்ட நூற்புப் பொருளை தவறான முறையில் பயன்படுத்துகிறவரும், ஊதியத்தை முன்பணமாகப் பெற்று வேலை செய்யத் தவறியவரும் தண்டிக்கப்பட வேண்டும். அவர்களுடைய கை விரலைத் துண்டிப்பதுதான் (பெண்ணாக இருந்தாலும்) தக்க தண்டனையாக இருக்கும்.

84
விவசாயத்துறை மேலதிகாரி

விவசாய மேலதிகாரி தமக்குத்துணையாக விவசாய நுட்பங்கள் அறிந்தவர்களை அமர்த்திக் கொள்ள வேண்டும். பலவகைப்பட தான்ய விதைகளை காலத்தில் சேகரிப்பதும் (பூ, கனி, காய், வேர், தாவர இழைகளும்) அவற்றை பதப்படுத்தி பாதுகாப்பதும் அவருடைய கடமை. அவர் சிறைக் கைதிகளையும், தொழிலாளர்களையும், அடிமைகளையும் வேலைக்கு அமர்த்தி அரசு நிலங்களில் விதைப்பு செய்யலாம். உழவு சரியில்லை, எருதுகளில்லை, தேவையான கருவிகளில்லை என்றோ அவர்களுடைய வேலை நின்றுவிடக்கூடாது.

மழைக்காலத் தொடக்கத்திலும் இறுதியிலும் மூன்றில் ஒரு பங்கு மழை பெய்து, இடையில் மூன்றில் இரண்டு பங்கு மழை பெய்துவிட்டால் அது சமமான மழை அளவு என்று கருதப்படும்.

சூரியனைக் கொண்டு விதையின் முளைப்பை அனுமானிக்கலாம். குரு (வியாழன்)வின் நிலையை வைத்து தான்ய மணி பிடிப்பதை முடிவு செய்யலாம். சுக்கிரனின் சஞ்சாரத்தைக் கொண்டு மழையைத் தீர்மானிக்கலாம்.

மழைக்காலத் தொடக்கத்தில் ஷாலி, கோத்ரவா வ்ருஹி போன்றவையும், இடைப்பகுதியில் மாஷா போன்றவையும், பிற்பகுதியில் பார்லி, கோதுமை, கடுகு, ஆளி போன்றவையும் விதைக்கப்பட வேண்டும்.

ஏற்றம் உபயோகித்து தண்ணீர் பாய்ச்சுகிறவர் விளைச்சலில் 1/3 பகுதியியையும், ஆறு, குளம், ஏரிப் பாசனம் செய்கிறவர் 1/4 பகுதியையும் அரசுக்குக் கொடுத்து விடவேண்டும்.

அதிகாரி கிடைக்கின்ற தண்ணீரையும், வேலையாட்களையும் பொறுத்து மழைப்பயிர், குளிர்காலப்பயிர் அல்லது கோடைகாலப் பயிர் செய்யலாம்.

விவசாயப்பயிர்களில் நெல் எளிதானது. காய்கறிகள் நடுத்தரமானது. கரும்புப்பயிர் கடினமானது.

ஆற்றங்கரை நிலங்களில் பூசணி, பறங்கி பயிர் செய்யலாம். தண்ணீர் வழிந்தோடும் பகுதிகளில் மிளகு, திராட்சை, கரும்பு பயிர் செய்யலாம். கிணற்றுக்கு அருகாமையில் காய்கறி பயிரிடலாம். தான்யவயலில் இரண்டு படைசால்களின் இடையே மூலிகை, பூஞ்செடிகள் வளர்க்கலாம்.

முதல் முதலாக விதைக்கும் போது ஒரு கை ஊறவைத்த தான்யத்துடன், ஒரு துண்டு பவுனையும் சேர்த்து விதைக்கவேண்டும்.

'ப்ரஜாபதி காஸ்யபக் கடவுளுக்கு வந்தனம். விவசாயம் எப்போதைக்குமாக செழிக்கட்டும். விதைகளிலும், செல்வத்திலும் தேவதைகள் தங்கியிருக்கட்டும்' என்று தோத்தரித்தபடி விதைப்பது நல்லது.

தோட்டக்காரருக்கும், கால்நடைகளைப் பராமரிக்கிறவருக்கும், வேலியிடுகிறவருக்கும் அடிமைகளுக்கும்,

தொழிலாளிகளுக்கும் தேவையான பொருட்களை வழங்க வேண்டும்.

வேதம் ஓதுகிறவர்கள் நிலத்தில் இருந்து பூவும், பழங்களும் எடுத்துச் செல்லலாம் (கடவுள் வழிபாட்டுக்கு). அறுவடைத் தொடக்கத்தில் செய்யும் பூஜை(agrayana)க்கு அரிசி, பார்லியை அவர்கள் எடுத்துச் செல்லலாம்.

அறுவடை செய்த உடனே தான்யங்களை சேகரித்து விடவேண்டும். புத்திசாலி தன்னுடைய வயலில் ஒரே ஒரு வைக்கோலைக் கூட விட்டு வைக்கமாட்டான்.

85
மதுபானத்துறை அதிகாரி

அதிகாரியானவர் மதுபானத் தயாரிப்பில் தேர்ந்தவர்களை தமக்குத் துணையாக அமர்த்திக் கொண்டு மதுவியாபாரத்தை கோட்டைக்குள் மட்டுமின்றி நாட்டின் எல்லா பாகங்களிலும் நடைபெறச் செய்யலாம். மதுபானத்தை கிராமத்துக்கு வெளியே எடுத்துச் செல்லவோ, மதுபானக் கடைகள் ஒன்றுக் கொன்று அருகாமையில் இயங்கவோ அவர் அனுமதிக்கக் கூடாது.

மதுபானக் கடையில் தமக்கு சொந்தமில்லாத பொருட்களை (திருட்டுப் பொருட்கள்)யோ, தங்கத்தையோ வைத் திருப்பவரை சிறையில் அடைக்கலாம். தம்முடைய வருவாய்க்கு மேல் ஆடம்பரமாக செலவு செய்பவரை கைது செய்யலாம்.

அரிசி, காடி, தண்ணீர் கலந்து தயாரிக்கிற மது ஒருவகை. மாவு, காடி, குறிப்பிட்ட ஒரு மரத்தின் பழம், விறுவிறுப்புக்கு வாசனைப் பொருட்கள் சேர்த்துத் தயாரிக்கப்படுவது மற்றொருவகை.

நோய்களில் நிவாரணமளிக்கும் அரிஷ்டங்கள் தயாரிக்கலாம்.

மேஷஸ்ருங்கி என்ற மரத்தின் பட்டை, வெல்லம், வால்மிளகு, கருமிளகுத்தூள் கொண்டு தயாரிக்கப்படுவது மைரேயா என்கிற பானமாகும்.

பொதுவாக திராட்சை ரசம்தான் மது எனப்பட்டது. மாம்பழத்தில் இருந்து தயாரிக்கப்படுவது மஹாசுரா எனப்படும். ஸ்வேதாசுரா என்கிற வெள்ளை நிற பானத்தை விசேஷகாலங்களில் மக்கள் தயாரித்துக் கொள்ள அனுமதி உண்டு.

பண்டிகைக் காலத்திலும், சந்தை கூடுகிற போதும், யாத்திரை செல்கிறபோதும் நான்கு நாட்களுக்குத் தேவையான மதுவை அவர்கள் தயாரித்துக் கொள்ளலாம்.

86

கசாப்புக்களம்

அரசுப்பாதுகாப்பிலுள்ளதாகக் கருதப்படும் மான், காட்டெருமை, பறவை மற்றும் மீன்களை யாரும் பொறிவைத்துப் பிடிப்பதோ, கொல்வதோ, துன்புறுத்துவதோ கூடாது. அப்படிச் செய்கிவர்களுக்கு உயர்ந்த பட்ச தண்டனை வழங்க வேண்டும்.

மற்ற மிருகங்களைத் தனக்கு உணவாக்கிக் கொள்ளாத மீனையோ பறவையையோ பிடிப்பவருக்கும், கொல்பவருக்கும் **26 3/4** பணாக்கள் (மகததேசத்து நாணயம்) அபராதம் விதிக்க வேண்டும். அவர்கள் மான் போன்ற வில்குகளை அவ்வாறு துன்புறுத்தினால் இருமடங்கு அபராதம் விதிக்கவேண்டும்.

உணவாகக் கொள்ளக் கூடிய விலங்குகளைக் கொன்றால் அவற்றில் ஆறில் ஒரு பங்கை அதிகாரி பெற்றுக் கொண்டு விடலாம். உணவுக்குரியதாகக் கருதப்படும் மீன் அல்லது பறவைகளாயின் பத்தில் ஒரு பங்கை எடுத்துக் கொள்ளலாம்.

பொறிவைத்துப் பிடிக்கப்பட்ட பறவைகள் அல்லது விலங்குகளில் ஆறில் ஒரு பங்கை காட்டில் உயிர்வாழ விட்டுவிட வேண்டும்.

யானைகள், குதிரைகள், குளத்து மீன், கிரவுஞ்சப்பறவை, குக்கூ, மீன் தின்னும் கழுகு (osprey), அன்னம், சக்ரவாகப்பறவை, சகோரபட்சி, மயில், கிளி, மைனா போன்றவற்றை எவ்விதத் துன்புறுத்தலும் இல்லாமல் காக்கவேண்டியது கசாப்புக் களங்களைக் கண்காணிக்கும் அதிகாரியின் கடமை.

கசாப்புக் கடைக்காரர்கள் புதிய, எலும்பில்லாத இறைச்சியை விற்கலாம்.

எலும்போடு இறைச்சி விற்றால் அதற்கு சமதையான அபராதத் தொகை விதிக்க வேண்டும்.

எடைக்குறையாக விற்பவருக்கு எட்டுபங்கு அபராதம் விதிக்க வேண்டும்.

கன்று, எருது, பால் தரும் பசுக்களை இறைச்சிக்காக வெட்டக்கூடாது.

87
விலைமாதர்கள் (தாசிகள்)

கணிகையர் குலத்தில் பிறந்தாலும் பிறக்காவிட்டாலும் அழகும் இளமையும் பொருந்திய ஒரு பெண்ணை அரசவையில் ஆடற் பெண்ணாக நியமிக்கும் அதிகாரம்

அதிகாரிக்கு உண்டு. அந்தப் பெண்ணுக்கு 100 பணாக்களை ஆண்டுச் சம்பளமாக வழங்க உத்தரவிடலாம்.

ஒரு கணிகை அயல்நாடு சென்று விட்டாலோ, மரித்துவிட்டாலோ அவளுடைய மகளோ, சகோதரியோ அவளுக்குப் பதிலாக இயங்கலாம், அவளுக்குரிய சம்பளத்தை (சொத்தையும்)ப் பெறலாம். ஒரு கணிகைக்கு ரத்தபந்தம் உள்ள பெண்மக்கள் யாரும் இல்லாத பட்சத்தில், அவளுடைய சொத்துக்களை அவளுக்குப்பின் அரசன் எடுத்துக் கொள்ளலாம்.

அரசன் அரியணையில் அமர்ந்திருக்கும்போதும், ரதத்தில் பயணிக்கிறபோதும் கொற்றக் குடை தாங்கவும், தங்கத்திலான கூஜா ஏந்தவும், சாமரம் வீசவும் தாசிப்பெண்கள் உண்டு. அவர்களுடைய அழகுக்கும், அணிமணிகளுக்கும் ஏற்ப மூன்று தரமாகப் பிரித்தறியப்படுவர். அதேமாதிரி ஆயிரக்கணக்கில் அவர்கள் பெறும் ஊதியத்திலும் வித்தியாசம் இருக்கும்.

அழகை இழந்தவள் தாதிப்பெண்ணாக நியமிக்கப்படுவாள்.

தாசிகுலப்பெண்கள் எட்டுவயதில் இருந்து அரசன் முன்னிலையில் இசை நிகழ்ச்சிகள் நடத்தலாம்.

படுக்கைசுகத்துக்கும் இன்னபிற மகிழ்ச்சியளிக்கும் காரியங்களுக்கும் தகுதியற்ற பெண்கள் அரண்மனைப் பண்டக சாலையிலோ, சமையலறையிலோ பணி புரியலாம்.

தனிநபர் ஒருவரின் ஆதரவில் தங்கிவிடும் விலைமாதர்கள் மாதம் ஒன்றேகால் பணாவை அரசாங்கத்துக்குச் செலுத்திவிட வேண்டும்.

ஒவ்வொரு விலைமாதின் வாரிசுரிமையை, வருமானத்தை, செலவை, சம்பாத்தியத்தை மேலதிகாரி தீர்மானிப்பார்.

அவர்களுடைய ஆடம்பரச் செலவுகளையும் அவர் கண்காணிப்பார்.

தன்னுடைய தாயைத் தவிர வேறுயாரிடத்தில் ஆபரணங்களைத் தந்தாலும் அந்தப் பெண்ணுக்கு 4 1/4 பணாக்கள் அபராதம் விதிக்கப்படும். தன்னுடைய சொத்தை விற்கிற (அடமானம் வைக்கிற) பெண்ணுக்கு 50 1/4 பணாக்கள் அபராதம் விதிக்கப்படும்.

அவதூறு செய்கிற விலைமாது 24 பணாக்களை அபராதமாக செலுத்த வேண்டும். இடையூறு செய்கிறவள் 48 பணாக்கள் செலுத்தியாக வேண்டும்.

ஒரு விலைமாதின் விருப்பத்திற்கெதிராக அவளிடம் தொடர்பு வைக்கிற ஆண் 100 பணாக்கள் (அதற்கு மேலும்) அபராதம் செலுத்தும்படி ஆகும். அவன் குற்றம் செய்கிற சூழலையும், பாதிக்கப்பட்ட விலை மாதின் அந்தஸ்தையும் பொறுத்து அபராதத் தொகை இருமடங்காக்கப்படும்.

அரசனின் ஆணைப்படி, தன்னுடைய உடம்பை யாருக்கேனும் கொடுக்க மறுக்கும் விலைமாது 1000 சவுக்கடிகளைப் பெறவேண்டும் அல்லது 5000 பணாக்களை அபராதமாக செலுத்த வேண்டும்.

தேவையான பணத்தைப் பெற்றுக் கொண்டும், உடன்பட விரும்பாதவள் அந்தத் தொகையைப் போல் இருமடங்கு அபராதம் செலுத்தும்படி ஆகும்.

அந்தரங்க நோய் அல்லது குறைபாடு உள்ளவனை பெண் ஒதுக்கிவிடலாம்.

தன்னுடைய சோரபுருஷனைக் கொன்றுவிடும் விலைமாது நெருப்பில் பொசுக்கப்படுவாள். அல்லது நீரில் மூழ்கடிக்கப் படுவாள். விலைமாதின் பணத்தையோ, நகைகளையோ திருடுகிற சோரபுருஷன் அந்தப் பொருளின் மதிப்பைப் போல் எட்டு மடங்கு தொகை தண்டமாகச் செலுத்த வேண்டும்.

ஒவ்வொரு விலைமகளும் தன்னுடைய அன்றாட சம்பாத்தியம், கூடுதல் வரும்படி தன்னுடைய சோர நாயகன் பற்றிய தகவல்களை மேலதிகாரிகளுக்குத் தெரிவித்துவிட வேண்டும்.

ஆடுகிற, பாடுகிற, இசைக்கருவிகளைக் கையாளுகிற அனைத்துக் கலைஞர்களுக்கும் இந்த விதிகள் பொருந்தும். விதூஷகன், கழைக் கூத்தாடி, நாடோடிக் கலைஞர்கள், நெறி தவறிய பெண்கள், விபச்சாரத்தில் துணைபுரிகிறவர்கள் ஆகியோருக்கும் இந்த விதிகள் பொருந்தக் கூடியவை.

88
கப்பல்களுக்கான அதிகாரி

கடல் மட்டுமின்றி அனைத்து நீர்மார்க்கங்களில் செல்லும் கப்பல்களும், படகுகளும் அதிகாரியின் கண்காணிப்பிற்குரியவை. கடல் அல்லது ஆறுகளின் கரையோர கிராமங்கள் ஒரு குறிப்பிட்ட தொகையை வரியாகச் செலுத்த வேண்டும்.

மீனவர்கள் தாங்கள் பிடித்த மீன்களின் மதிப்பில் ஆறில் ஒரு பங்கை வரியாக செலுத்த வேண்டும்.

துறைமுக நகரங்களில் விதிக்கப்படும் சுங்கவரியை வர்த்தகர்கள் செலுத்தவேண்டும்.

அரசனின் கப்பலில் ஏறுகிறவரும், அரசனுடைய படகை மீன்பிடிக்கவோ, முத்துக்குளிக்கவோ பயன்படுத்து

கிறவர்களும் அதற்குரிய வாடகையைக் கொடுக்க வேண்டி இருக்கும்.

நகர அதிகாரிகளுக்குரிய மரபுகளை, வர்த்தக நகரங்களில் உள்ள அதிகாரிகளும் கடைப்பிடிக்க வேண்டும்.

சங்கு, கிளிஞ்சல், முத்துக்களை மேற்பார்வையிடும் அதிகாரிகளின் கடமைகள் சுரங்க அதிகாரியின் கடமைகளை ஒத்திருக்கும்.

காற்று மழையில் பாதிக்கப்பட்ட கப்பல்களை ஒரு தந்தையின் பரிவோடு அதிகாரிகள் நடத்தவேண்டும்.

தண்ணீரில் பாதிக்கப்பட்ட சரக்குக் கப்பல்களுக்கு வரியை தள்ளுபடி செய்யலாம், அல்லது பாதியாகக் குறைக்கலாம்.

தங்கள் பயணத்தின் இடையே துறைமுகங்களில் நங்கூரமிடும் கப்பல்களுக்கு வரிவிதிக்கலாம்.

கடற் கொள்ளையரின் கப்பல்களை எவ்வித தாட்சண்யமுமின்றி அழித்துவிடலாம்.

வழக்கமான துறைக்கு வெளியே அகாலநேரத்தில் ஆற்றைக் கடக்க முயல்கிறவருக்கு தண்டனை உண்டு. வழக்கமான துறையில் அனுமதியின்றி கடப்பவருக்கு 26 3/4 பணாக்கள் அபராதம் விதிக்கப்படும்.

மீனவர்களும், விறகுவெட்டிகளும், தோட்டக்காரர்களும், பூ, பழம் எடுத்துச் செல்வோரும், காய்கறி வியாபாரிகளும், மந்தைக்காரரும் குற்றவாளிகளைப் பிடிக்கச் செல்கிறவரும், பொருட்களை சுமந்து செல்லும் வேலைக்காரர்களும், படையினருக்கு உணவுப் பொருள் கொண்டு போகிறவர்களும், தங்களுடைய சொந்தப் படகைப் பயன்படுத்துகிறவரும் ஆற்றைக் கடக்க காலநேரம் கிடையாது.

பிராமணர்களும், துறவிகளும், குழந்தைகளும், கர்ப்பிணிப் பெண்களும், அரசதூதர்களும், முதியவர்களும் இலவசமாக ஆற்றைக்கடக்கலாம்.

உள்ளூர் வியாபாரிகளுடன் பரிச்சயம் உள்ள அயல்நாட்டு வர்த்தகர்கள் துறைமுக நகரங்களில் தரையிறங்க அனுமதிக்கப்படுவார்கள்.

வேடம் தரித்தவரும், வேற்றாளின் மனைவியைக் கவர்ந்து செல்பவரும், அடுத்தவர் சொத்தை அபகரித்துப் போகிறவரும் சந்தேகத்துக்குரியவரும், நோயாளி அல்லது துறவியைப் போல் நடிப்பவரும், விலைமதிப்புள்ள பொருட்களை திருட்டுத்தனமாகக் கொண்டு செல்வோரும், ஆயுதங்களை, வெடிமருந்துப் பொருட்களை வைத்திருப்பவரும், அனுமதிச் சீட்டின்றி தொலைவில் இருந்து வருகிறவரும் கைது செய்யப்பட வேண்டும்.

89
பசுக்களைப் பராமரித்தல்

சம்பளத்துக்காகப் பராமரிக்கப்படும் பசுக்கூட்டம், குறிப்பிட்ட அளவு பாலகப்பொருட்களுக்காக ஒப்புவிக்கப் படுவது, பலனற்ற மாடுகள், சுற்றித்திரிபவை என்று பலவகை மாடுகளையும் கண்காணித்தல் அதிகாரியின் கடமை.

கன்றுகளுக்கும், முதுமையுற்ற மாடுகளுக்கும், நோய் வாய்ப்பட்ட மாடுகளுக்கும் மந்தை மேய்ப்பவன் நிவாரணம் கோரலாம்.

கள்வன், முதலை, காட்டுமிருகங்கள் ஒரு மாட்டைக் கவர்ந்து சென்று விடும் பட்சத்தில் உடனே அத்தகவலை அதிகாரிக்குத் தெரிவிக்க வேண்டும். இல்லையேல் அதனை ஈடுசெய்யும் பொறுப்பு மேய்ப்பவனுடையதாகும்.

அர்த்த சாஸ்திரம் 105

ஒரு மாடு இயற்கையாக மரித்துப் போனால் அரசு முத்திரையுடன் கூடிய அதன் தோலை ஒப்படைத்துவிட வேண்டும்.

மந்தையில் விடப்பட்டிருந்த தனது மாட்டை விற்பவர், நான்கில் ஒருபங்கு தொகையை (விற்றதில்) அரசனுக்குச் செலுத்திவிட வேண்டும்.

மாடுகளை நிறவாரியாகப் பிரித்து பத்து பத்தாக அணிசேர்க்க வேண்டும்.

மந்தையை தூரப்பிரதேசங்களுக்கு ஓட்டிச் சென்று மேய்ப்பது மேய்ப்பனின் ஆற்றலைப் பொறுத்தது.

ஆறுமாதங்களுக்கு ஒருமுறை ஆட்டு ரோமத்தை கத்தரித்து விடவேண்டும். இந்த விதி குதிரை, ஒட்டகங்களுக்கும் பொருந்தும்.

புல், தவிடு, பிண்ணாக்கு, உப்பு, வெல்லம், இஞ்சி, பார்லி போன்றவற்றை குறிப்பிட்ட விகிதத்தில் கலந்து மாடுகளுக்கு உணவாகக் கொடுக்கவேண்டும்.

100 கழுதைகள் கொண்ட மந்தையில் 5 ஆண் விலங்குகளும், 100 ஆடுகளாயின் பத்து ஆண் ஆடுகளும், பத்துமாடுகளுக்கு நான்கு எருதுகள் என்ற கணக்கிலும் இருக்க வேண்டும்.

90
குதிரைகள்

குதிரைகளுக்கான அதிகாரி இனம், வயது, நிறம், அடையாளம் ஆகியவற்றை பதிவேட்டில் குறித்துவைக்க வேண்டும். விற்பனையகத்தில் விற்பனைக்காக உள்ளவை, சமீபத்தில் வாங்கப்பட்டவை, போரில் கையகப்படுத்தப்

பட்டவை, உள்நாட்டு இனம், இலாயத்தில் (Stable) தற்காலிகமாக விடப்பட்டவை என்று குதிரைகளை வகைப்படுத்துவது அதிகாரியின் கடமை.

குதிரை இலாயத்தில் ஒவ்வொரு குதிரைக்கும் அதன் நீள அகலத்தைவிட இரண்டு மடங்கு பெரியதாய் இடம் ஒதுக்கப்படவேண்டும். போர்க்குதிரை (Steed) பொலிகுதிரை (stallion) ஆண்குதிரைக்குட்டி (Colt) ஆகியவை தனித்தனியே வைக்கப்படவேண்டும்.

தானியம், அரிசி, பார்லி, உப்பு, ஊறவைத்த கொள், வெல்லம், தயிர், கொதிகஞ்சி ஆகியவற்றை குறித்த விகிதத்தில் கலந்து உணவாகக் கொடுக்கவேண்டும்.

முறையான பயற்சியின் மூலம் குதிரைகளை போருக்குத் தயார் செய்யவேண்டும்.

குதிரையை வட்டமாகச் செலுத்துதல், மெதுவாகச் செலுத்துதல், குதிக்கச்செய்தல், சைகைகளைப்புரிந்து கொள்ளல், நாலுகால் பாய்ச்சல் என்று சவாரியில் பலவகை.

வண்டியில் பயன்படுத்தப்படும் குதிரைகளை ஆறு, ஒன்பது அல்லது பன்னிரண்டு யோஜனதூம் செலுத்தலாம் (ஒரு யோஜனை என்பது 5 மைலுக்கு சற்று கூடுதல்).

சவாரிக்குதிரைகளை ஐந்து, எட்டு, அல்லது பத்து யோஜனைதூரம் செலுத்தலாம்.

91

யானைகள்

காடுகளில் வசிக்கும் யானைகளையும், போர்ப்பயிற்சி பெற்று இலாயங்களில் உள்ளனவற்றையும், அவற்றிற்கு அளிக்கப்படும் உணவின் அளவுகளையும் யானைகளுக்கான மேலதிகாரி கண்காணிக்க வேண்டும்.

ஒரு யானையின் நீள அகலத்தைப் போல் இருமடங்கு பெரியஇடத்தை கொட்டடியில் ஒதுக்கவேண்டும். போர் செய்யும் யானைகளையும், பவனிக்குப் பயன்படுகிற யானைகளையும் கோட்டைக்குள் தங்கச் செய்யவேண்டும். முழுமையான பயிற்சி பெறாதவற்றையும், மதம் பிடிக்கும் யானைகளையும் வெளியில் வைக்கவேண்டும்.

யானைகளைப் பிடிக்க ஏற்றபருவம் கோடைகாலம். குட்டி யானைகளையும், தந்தம் முளைக்காதவற்றையும், பிணியுற்ற யானைகளையும், குட்டிகளுக்கு பாலூட்டுகிறவற்றையும், பெண் யானைகளையும் பிடித்துவைக்கக்கூடாது.

நாற்பது வயது யானை சிறந்தது, முப்பது வயதினது நடுத்தரம். இருபத்தி ஐந்து வயது யானை மூன்றாம் தரமுள்ளது.

குட்டியானைக்கு பாலையும், புல்லையும் உணவாகக் கொடுக்கவேண்டும். பெரிய யானைக்கு அரிசி, எண்ணெய், நெய், உப்பு, தயிர், வெல்லம், மது, பசும்புல், உலர்ந்தபுல், பருப்புவகைகளை உணவாகக் கொடுக்கவேண்டும்.

92

ரதங்கள், தரைப்படை அதிகாரிகள்

குதிரைப்படை அதிகாரிக்குள்ள கடமைகள் ரதங்களை மேற்பார்வையிடும் அதிகாரிக்கும் பொருந்தும். அவருடைய பொறுப்பில் ரதங்கள் தயாரிக்கப்படும். கடவுளுக்கு வாகனமாகப் பயன்படும் ரதங்கள், அரசகுடும்பத்தினரின் பயணத்துக்கானவை, போர்க்களத்தில் யுத்தம் செய்வதற்குப் பயன்படுபவை என்று ரதங்களை வகைப்படுத்தலாம்.

ரதங்களைத் தயாரிக்கும் ஊழியர்களுக்கான உணவு, ஊதியம் போன்றவற்றைக் கவனிப்பதும் அந்த அதிகாரியின் கடமை.

தரைப்படைக்கென தனி அதிகாரி உண்டு. பரம்பரையாக போர்த் தொழில் செய்வோரின் பலத்தையும் பலவீனத் தையும், கூலிப்படையினரின் தரத்தையும் அவர் அறிந்து வைத்திருப்பது அவசியம்.

மறைந்திருந்து தாக்குதல், பள்ளத்தாக்குப் பிரதேசத்தில் போர் புரிதல், திறந்தவெளியில் போரிடுதல், மலைமீதிருந்து தாக்குதல், அரண் அமைத்துப் போரிடுதல், பகலில், இரவில் போரிடுதல் என்று பலவிதமான பயிற்சிகளையும் வீரர்களுக்கு அளிக்க வேண்டும்.

அவசர காலங்களில் படையினரின் தகுதி எந்த அளவாக இருக்கும் என்பதை அதிகாரி அறிந்து வைத்திருக்க வேண்டும்.

எது தன்னுடைய சாதகமான களம், எந்த நேரம் அனுகூலமானது, பகைவனின் பலம் என்ன, பகைவனின் படையை பிளவுபடுத்துவது எப்படி, சிதறிப்போன தன்னுடைய படையை ஒன்று சேர்ப்பது எப்படி, கோட்டையைத் தாக்குவது எப்படி போன்ற விஷயங்களை அதிகாரி தெரிந்து வைத்திருக்க வேண்டும்.

93
வரிவசூல் அதிகாரிகள்

நாடு மாவட்டங்களாகவும், மாவட்டம் ஊர்களாகவும் பிரிக்கப்படவேண்டும். கிராமங்களை வரி விதிப்பற்றவை, சிப்பாய்களுக்குத் தேவையானவற்றை வ்ழங்குபவை, வரிக்குப்பதில் தான்யங்களைக் கொடுப்பவை (கால்நடை, தங்கமும்), வரிக்குப்பதிலாக இலவச உழைப்பு, பாலகப்பொருட்கள் கொடுப்பவை என்று இனம் பிரிக்கலாம்.

ஐந்து அல்லது பத்து கிராமங்களுக்கு ஒரு கணக்காயர் (Accountant) இருப்பார். தலைமை வரிவசூல் அதிகாரியின்

உத்தரவுப்படி அந்த கிராமங்களின் கணக்கு வழக்குகளை அவர் கவனிப்பார்.

கிராமங்களுக்கு எல்லைகள் அமைத்து, நஞ்சை புஞ்சை நிலங்களுக்கு எண்கள் கொடுத்து, காடுகள், நந்தவனங்கள், கோயில்கள், வழிப்போக்கர் தங்கிச் செல்லும் சாவடிகள், மேய்ச்சல் நிலங்கள் ஆகியவற்றை அந்த அதிகாரி கண்காணிக்க வேண்டும். அன்பளிப்பு, விற்பனை, தர்மம், வரிவிலக்கு பெற்ற நிலம் ஆகிய விபரங்களை பதிவு செய்வதும் அவருடைய பணியாகும்.

ஒவ்வொரு கிராமத்திலும் உள்ள நான்கு வருணத்தாரின் (Caste) எண்ணிக்கை, வரிவிதிப்பிற்குரிய வீடுகள், விவசாயி, மாடுமேய்ப்பவர், வியாபாரி, தொழில் நிபுணன் (artisan) தொழிலாளி, அடிமைகள் பற்றிய விபரங்களும் அவரிடம் இருக்க வேண்டும்.

ஒவ்வொரு வீட்டிலும் உள்ள இளையவர் முதியவர் எண்ணிக்கை அவர்களுடைய வருமானம், செலவு, தொழில் சுருங்கச் சொன்னால் அவர்களுடைய வரலாற்றையே அதிகாரி தெரிந்து வைத்திருக்க வேண்டும்.

94
நகரக்கண்காணிப்பாளர்

ஒவ்வொரு நகரத்துக்கும் ஒரு தலைமை அதிகாரி இருக்கவேண்டும். அவருக்குக்கீழ் கோபா, ஸ்தானிகர், மேலாளர் போன்ற துணை அதிகாரிகள் நியமிக்கப்படுவர்.

நாற்பது வீட்டுக் கணக்குவழக்குகளை அங்கு வசிப்போரின் குலம், கோத்ரம், தொழில் போன்ற விபரங்களை 'கோபா' அறிந்திருப்பார். நகரத்தின் நான்காகப் பிரிக்கப்பட்ட

பகுதிகளின் கணக்கு வழக்குகளை ஸ்தானிகர் கவனித்துக் கொள்வார்.

அறநிலைய மேலாளர்கள் தங்கள் அதிகாரத்துக்குட்பட்ட சத்திரம் சாவடிகளில் தங்கிச் செல்வோர் பற்றிய தகவல்களை உடனுக்குடன் ஸ்தானிகருக்குத் தெரிவித்து விட வேண்டும்.

வீட்டுச் சொந்தக்காரர் தமது வீட்டுக்கு வந்து செல்லும் நபர்கள் (உறவினர், அயலார்) பற்றிய விபரங்களை அவ்வப்போது அதிகாரிக்குத் தெரிவிக்க வேண்டும். அப்படித் தெரிவிக்காவிடில் இரவில் நடக்கும் திருட்டுக் குற்றங்களுக்கு அவர்கள் பொறுப்பேற்கும்படி ஆகும். திருட்டு எதுவும் நடக்காத போதும் மூன்று பணாக்கள் அபராதம் செலுத்தும்படி நேரும்.

புனிதத்தலம், நீர்நிலை, கோயில், அரசுக்குரிய கட்டிடங்களைச் சுற்றி கழிவுகளால் அசுத்தம் செய்கிறவர் ஒரு பணாவில் இருந்து குற்றத்துக்கேற்ப அபராதம் செலுத்த வேண்டும்.

நகருக்குள் விலங்குகளின் (பூனை, நாய், கீரி, பாம்பு) சடலங்களைப் போட்டு வைப்பவர் மூன்று பணமும், ஒட்டகம் கழுதை அல்லது மாட்டின் உடலை விட்டு வைப்பவர் ஆறு பணமும் மனிதனின் சவத்தை எறிந்து வைப்பவர் ஐம்பது பணமும் அபராதம் செலுத்தவேண்டும்.

கல்லறை அல்லது மயானப்பகுதிக்கு வெளியில் சவத்தைப் புதைக்கவோ எரியூட்டவோ செய்கிறவர் 12 பணம் அபராதம் செலுத்த வேண்டும்.

இரவு தொடங்கிய ஆறு நாழிகைகளுக்கும், விடிவதற்கு ஆறு நாழிகைகளுக்கும் இடையில் உள்ள பொழுதில் மக்கள் நடமாட்டம் தடை செய்யப்படும். இதனை முரசறைந்து அறிவிக்கவேண்டும்.

ஒவ்வொரு வீட்டின் உரிமையாளரும் இரவுகளில் தவறாமல் தத்தமது வீட்டில் இருந்தாக வேண்டும்.

தங்களுடைய கவனமின்மையால் தீவிபத்துக்கு காரணமாகிறவர் 54 பணங்களை அபராதமாக செலுத்த வேண்டும்.

தெருக்களை அசுத்தப்படுத்துகிறவர்கள் அரைக்கால் பணம் அபராதம் செலுத்த வேண்டும்.

அரசன் நாட்டுக்குப் பொறுப்பு என்றால் நகராதிகாரி நகரத்துக்குப் பொறுப்பு. நகரத்தை சுத்தமாக வைத்துக் கொள்வதும், சட்டம் ஒழுங்கைப் பராமரிப்பதும் அவருடைய கடமை.

95
தர்மநியாயங்கள்

அமாத்தியர்கள் எனப்படும் மூன்று அமைச்சர்களும், தர்மநியாயங்கள் அறிந்த மூன்று உறுப்பினர் குழுவும் நீதி நிர்வாகத்தைக் கவனிப்பார்கள்.

மாவட்டத்தில் நிகழும் எல்லாப் பிரச்சனைகளுக்கும் அவர்கள் தீர்வு காண்பார்கள்.

நியாயத்தின் ஊற்றுக் கண்ணாகத் திகழ்வது அரசன்.

தர்மம் என்பது சாசுவதமான உண்மை. நிரூபணம் என்பது சாட்சியங்கள். சாசனம் என்பது அரசகட்டளை.

தனது குடிகளுக்கு நீதிசெய்து காப்பது அரசனின் கடமை.

அரசனின் அதிகாரம் நீதி வழங்குவதில் பாரபட்சம் (மகன் அல்லது எதிரி என்றாலும்) காட்டக்கூடாது. பரம்பரை, சாட்சியம் போன்ற எல்லாவற்றுக்கும் மேலானது தர்மம்.

ஆனால் சட்டமும் தர்மமும் முரண்படுகிற போது சட்டத்துக்கே முக்கியத்துவம் வழங்கப்படவேண்டும்.

96
திருமணம்பற்றியது

எல்லர்ப்பிரச்னைகளுக்கும் திருமணம் காரணமாகும். நன்கு அலங்கரித்து கன்னிப் பெண்ணை மணம் செய்து கொடுப்பது பிரம்ம விவாகம் எனப்படும். ஆணும் பெண்ணும் புனிதச் சடங்குகளை இணைந்து செய்வது ப்ரஜாபத்ய விவாகம் எனப்படும்.

இரண்பசுக்களைப் பெற்றுக் கொண்டு ஒரு பெண்ணை மணம் செய்து கொடுத்தால் அது ஆர்ஷா என்றும், கன்னிகை தானே ஒருவனை விரும்பி ஏற்பது காந்தர்வா என்றும் அறியப்படும்.

திருமணத்துக்காக ஒரு பெண்ணை கடத்துவது ராட்சஸா என்றும், ஏராளமான செல்வத்தைப் பெற்றுக் கொண்டு பெண்ணை திருமணம் செய்து கொடுப்பது அசுரா என்றும், உறக்கத்தில் இருக்கும் பெண்ணை அவள் அறியாதவாறு மணப்பது பைசாஸ என்றும் அறியப்படும்.

97
பெண்ணின் சொத்துரிமை

வாழ்வதற்கு அத்தியாவசியமான பணம் மற்றும் நகைகள் ஒரு பெண்ணின் சொத்தாகக் கருதப்படும். இரண்டாயிரத்துக்கு மேற்பட்ட பணத்தை அவள் பெயரில் வைத்துக் கொள்ளமுடியும். நகைகளுக்கு வரம்பில்லை. தன்னுடைய சொத்துக்களைக் கொண்டு ஒரு பெண் தனது மகன் அல்லது மருமகளை அல்லது தன்னைப் பராமரித்துக் கொள்வது

குற்றமாகாது (அவளுடைய கணவன் குடும்பத்துக்கென எதையும் விட்டுச் செல்லாத நிலையில்).

கணவனின் மறைவுக்குப்பிறகு தெய்வசிந்தையோடு வாழ முனைகிற பெண் நகைகள் உட்பட சொத்துக்களை தன்னுடையதாக்கிக் கொள்ளலாம். ஆனால், மறுமணம் செய்து கொள்கிற பெண் அவ்விதம் சொத்துக்கள் மீது உரிமை பாராட்டமுடியாது.

மறுமணம் செய்து கொள்கிற பெண் முந்தைய திருமணத்தின் மூலம் பெற்ற குழந்தைகளுக்கு, முந்தையகணவனின் சொத்துக்களை கோரிப்பெற முடியும். ஆனால் அந்த சொத்துக்களை குழந்தைகள் பெயரில் தான் பதிவு செய்வார்கள்.

கணவன் உயிரோடிருந்து மனைவி மரணித்துவிட்ட நிலையில் ஆண்மக்களும் பெண்மக்களும் தங்கள் தாயின் சொத்தைப் பகிர்ந்து கொள்ளலாம். ஆண்மக்கள் இல்லாத பட்சத்தில் பெண்மக்கள் தங்களுக்குள் பங்கிட்டுக் கொள்ளலாம். அப்படி குழந்தைகள் யாரும் இல்லாவிடில் கணவன் தான் மனைவியின் உடமைகளை தனதாக்கிக் கொள்வான்.

98

ஆண்களின் மறுமணம்

ஒரு பெண் குழந்தைகளை ஈன்றெடுக்காத நிலையில், ஆண்மகவை ஈனாத பட்சத்தில், அவள் மலடியாக இருப்பின் அவளுடைய கணவன் இன்னொருத்தியை மணப்பதற்கு முன் எட்டு வருடங்கள் காத்திருக்க வேண்டும். அவளுடைய குழந்தை செத்துப் பிறந்திருந்தால் அவன் பத்து ஆண்டுகள் காத்திருக்கவேண்டும். அவள் பெண் குழந்தையாகவே

பெற்றிருப்பின் அவன் பன்னிரண்டு ஆண்டுகள் காத்திருந்து பிறகே இன்னொருத்தியை மணக்கலாம்.

இந்த விதிகளை மீறுகிறவன் தன்னுடைய மனைவியின் உடமைகளை திருப்பித்தருவதோடு, அவளுடைய வாழ்க்கைக்குத் தேவையான பொருட்களையும் (ஜீவனாம்சம்) தந்துவிட வேண்டும். அத்துடன் அரசுக்கு 24 பணம் அபராதம் செலுத்த வேண்டும். நஷ்ட ஈடும், பராமரிப்புத் தொகையும் தந்துவிட்டு அவன் எத்தனை பெண்களை வேண்டுமானாலும் மணந்து கொள்ளலாம்.

மோசமான நடத்தையுள்ள கணவனை, அயல்நாடு சென்று நீண்ட காலம் திரும்பாமல் இருப்பவனை, அரசத்துரோகம் செய்தவனை, மனைவியின் உயிருக்கு ஆபத்து விளைவிக்கக் கூடியவனை மனைவியானவள் நிராகரித்து விடலாம்.

99
மனைவியின் கடமைகள்

பெண்கள் பன்னிரண்டு வயதிலும் ஆண்கள் பதினாறு வயதிலும் பருவம் அடைவார்கள். பருவம் அடைந்த ஆணோ, பெண்ணோ சட்டத்திற்குக் கீழ்ப்படியாமல் இருந்தால் பெண் 15 பணமும் ஆண் அதைப்போல் இரு மடங்கு தொகையும் அபராதம் செலுத்த வேண்டும்.

கணவனிடம் குரூரமாக நடந்து கொள்கிறவளும், பொறாமை, குரோதகுணம் உடைய பெண்களும் தண்டிக்கப்படுவார்கள்.

கணவனை வெறுக்கிற, கணவன் வீட்டில் ஏழு மாதவிடாய்க் காலங்களைக்கழித்த, வேறொருவனை விரும்புகிற பெண் தான் கணவனிடமிருந்து பெற்ற

ஆஸ்திகளையும், நகைகளையும் அவனிடம் உடனடியாகத் திருப்பித்தந்து விடவேண்டும்.

அடுத்த பெண்ணுடன் தொடர்பு வைக்கிறவனும், பொய் பேசுகிறவனும் தண்டனைக் குரியவர்கள்.

கணவனை வெறுக்கிற மனைவி அவனுடைய சம்மதம் இல்லாமல் மணமுறிவு செய்து கொள்ள முடியாது. பரஸ்பரம் வெறுப்பு கொண்டவர்கள் விவாகரத்து பெறலாம்.

காமக்களியாட்டங்களில் ஈடுபடுகிற பெண்ணும், மதுபானம் அருந்துகிறவளும், அடுத்தவனுடன் வெளியில் செல்கிறவளும், உறங்கும் கணவனறியாமல் ஓடிப்போகிறவளும், கணவனை தூஷிக்கிறவளும், அவனுடைய முகத்துக்கெதிரே கதவை அறைந்து சாத்துகிறவளும் தண்டனைக் குரியவர்கள்.

பெண் கற்பழித்தால் 250 பணமும், ஆண் கற்பழித்தால் 300 பணமும் அபராதமாக செலுத்த வேண்டும்.

100
இதர தண்டனைகள்

ஆபத்துகாரணம் தவிர்த்து கணவனின் வீட்டை விட்டுச் செல்கிற பெண் 6 பணம் அபராதம் செலுத்தவேண்டும். கணவனின் குற்றம் அல்லது கொடுமையை காரணமாகக் கொண்டு வெளியேறுகிற பெண் தண்டிக்கப்படமாட்டாள்.

உறவினர் வீட்டுக்கு மரணம், நோய், பெருந்துன்பம் போன்ற சந்தர்ப்பங்களில் ஒரு பெண் சென்றுவரலாம். அப்படி செல்லாதபடிக்கு அவளைத்தடுப்பவர் 12 பணம் அபராதம் செலுத்தவேண்டும்.

ஒரு பெண்ணை சட்டபூர்வமாக மணந்தவன் தக்க காரணமின்றி அவளைப் புறக்கணித்தாலும், அவளைவிட்டு நழுவிப்போனாலும் ஏழுமாதவிடாய் காலத்துக்குப்பிறகு அவள் வேறொருவனை மணம் செய்து கொள்ளலாம். அதற்கான உத்தரவை தர்மாதிகாரி (நீதிபதி) பிறப்பிப்பார். மாதவிடாய் சடங்குக்குப்பிறகு மனைவியுடன் உடலுறவு கொள்ளத்தவறும் கணவன் தனக்குரிய கடமையில் பிறழ்ந்தவனாகிறான்.

101
சொத்துரிமை

தாயும், தந்தையும் இருக்கிறபோது பிள்ளைகள் தன்னிச்சையாக செயல்படமுடியாது. அவர்களுடைய ஜீவிதத்துக்குப் பிறகுதான் மூதாதையர் சொத்தை வாரிசுகள் பிரித்துக் கொள்ளமுடியும்.

ஆண்மக்கள் இல்லாதவனுடைய சொத்தை, அவனுடன் வாழும் உடன் பிறந்தவர்கள் சுவாதீனப்படுத்திக் கொள்ளலாம். அப்படி யாரும் இல்லாத பட்சத்தில் பெண்மக்கள் அந்த சொத்துக்கு உரிமை பாராட்டலாம்.

ஒரு தந்தை தன்னுடைய ஆயுட்காலத்திலேயே தனது சொத்தை மக்களுக்கு பிரித்துக் கொடுக்கலாம். ஆனால் பாரபட்சமின்றி பிரிவினை செய்யவேண்டும். தக்க காரணமின்றி ஒரு மகனுக்குத் தரவேண்டிய பங்கை தந்தை மறுக்கமுடியாது. தந்தையின் சொத்தைப் போலவே அவர் பட்ட கடனையும் மக்கள் சமமாகப் பிரித்துக் கொள்ளவேண்டும். அனைத்து வாரிசுகளும் வயது வந்த பின்னரே சொத்துப் பிரிவினை செய்யமுடியும். அதற்கு முன்பே பிரிப்பதாயின் வயது வராத (Minor)வர் கடனுக்குப் பொறுப்பேற்க மாட்டார்.

அலிகள், அறிவிலிகள், சித்தப்பிரமை கொண்டவர், பார்வை அற்றவர்கள், தொழு நோயாளிகள் சொத்தில் பங்கு பெறமுடியாது. ஆனால், அவர்களுடைய குழந்தைகள் ஆரோக்கியமாக இருந்தால் அவர்களுக்கு பங்கு உண்டு. வாரிசு இல்லாத சொத்து அரசுடைமை ஆக்கப்படும்.

102
பிரத்யேக சொத்துரிமை

குடும்பத்தில் மூத்தபிள்ளைக்கு, மற்றபிள்ளைகளுக்குரிய பங்கைவிட பத்து சதவீதம் கூடுதலாகக் கிடைக்கும். அத்துடன் தந்தையின் சுயசம்பாத்தியங்களும் அவனுக்குரியதாகும். சகோதரிக்கு பங்குகிடையாது. அவள் தன்னுடைய தாயின் மறைவிற்குப் பிறகு அவளுடைய நகைகளையும், பாத்திரங்களையும் தான் எடுத்துக் கொள்ளமுடியும்.

ஒருவனுக்குப் பலமனைவிகள், பலபிள்ளைகள் இருந்தால் அவர்களில் முதலில் பிறந்தவனே மூத்தபிள்ளையாகக் கருதப்படுவான். இரட்டைக்குழந்தைகளில் எந்தக் குழந்தை முதலில் பூமிக்கு வந்ததோ அதுதான் மூத்ததாகக் கருதப்படும்.

103
வேறுபடும் மைந்தர்கள்

முறையான சடங்குகளுடன் மனைவியாக்கப் பட்டவளுக்குப் பிறந்த மகனும், மகள் வழி மகனும் 'அவுரசா' (Aurasa) எனப்படுவர். முதுமை அல்லது பிணிகாரணமாக சந்ததிவிருத்தி செய்ய இயலாதவன் மாற்றான் மூலம் தனது மனைவியிடம் பெறுகிற குழந்தை 'ஷேத்ரஜா' (Kshetraja) எனப்படும்.

தனது திருமணத்துக்குமுன் ஒரு பெண்ணுக்கு உருவாகும் குழந்தை 'காமினா' (Kaamina) என்று அழைக்கப்பெறும். திருமணத்தின் போதே கருவைச்சுமந்து ஒரு பெண் பிரசவிக்கிற பிள்ளை 'சஹோதா' (Sahodha) எனப்படும். மறுமணம் செய்து கொண்ட பெண்ணின் குழந்தை 'புனர்பவா' (Punarbhava) என்று அழைக்கப்படும். சுவீகாரத்தின் மூலம் தரப்படுகிற குழந்தை 'தத்தா' (datta) வாகும்.

கலப்புத்திருமணத்தில் பிறந்த குழந்தைகளுக்கு பரம்பரைச் சொத்தில் சமஉரிமை உண்டு. அந்தந்த நாட்டுக்குரிய, குலத்துக்குரிய, சங்கத்துக்குரிய, கிராமத்துக்குரிய வழக்கப்படி சொத்துப்பிரிவினை செய்யப்படும்.

104
அசையாச் சொத்துகள்

இவை வாஸ்து (vaastu) எனப்படும். சொத்து விவகாரங்களில் அண்டை அயலாரின் சாட்சியங்களுக்கு முக்கியத்துவம் உண்டு.

வீடுகள், நிலங்கள், தோட்டத்துரவுகள், ஏரிகள், குளங்கள் மற்றும் பலதரப்பட்ட கட்டிடங்கள் 'வாஸ்து' என குறிக்கப்படும். இரண்டு வீடுகளுக்கிடையில் ஒரு சந்து (lane) விடப்பட்டிருக்கவேண்டும்.

குறிப்பிட்ட விதிகளுக்கிணங்க வீடு கட்டவேண்டும். விதிகளை மீறுகிறவர் தண்டனைக்குரியவராவார். வீட்டுச் சொந்தக்காரர் தான் விரும்பிய வண்ணம் வீட்டை அமைத்துக் கொள்ளலாம். ஆனால் அடுத்தவருக்கு இடையூறாக அமைக்கக் கூடாது.

வீட்டை காலி செய்ய மறுக்கும் குடித்தனக்காரரும், ஒழுங்காக குடக்கூலிதருபவரை காலி செய்யும்படி

நிர்பந்திக்கிற வீட்டுக்காரரும் 12 பணம் அபராதம் செலுத்த வேண்டும்.

105
கட்டிட விற்பனை

உறவினர்களும், அண்டைவீட்டாரும், வட்டிக்கு கடன் கொடுத்தவரும், செல்வரும் வீடு நிலம் போன்ற சொத்துக்களை வாங்குவதில் முன்னுரிமை பெற்றவராவர். ஒரு வீட்டை வாங்குமுன் வருபவர் பலராயின் அதிக விலை கொடுக்க யார் தயாராக இருக்கிறாரோ அவருக்கே அந்த வீடு விற்கப்படும்.

இரண்டு கிராமங்களுக்கிடையில் ஏற்படும் எல்லைப் பிரச்சனைகளை வயதில் மூத்த பத்து பேர் கொண்ட குழு பேசித் தீர்க்கும். எல்லா விவகாரங்களிலும் அரச கட்டளையே முடிவானது.

ஒருவருடைய சொத்தை பலாத்காரமாக ஆக்ரமிப்பது திருட்டுக்குச்சமம். எல்லைகளை ஆக்ரமித்தால் தண்டனை உண்டு. எல்லைகளை அழித்தால் 25 பணம் அபராதம்.

அடுத்தவருக்கு சொந்தமான இடத்தில் கட்டிடம் எழுப்புவது, தண்ணீரின் போக்கை தடைசெய்வது, பாதையை தடுப்பது தண்டனைக்குரிய குற்றங்களாகும்.

மனிதர்க்குரிய வழியைத் தடுத்தால் 12 பணம் அபராதம். நிலத்துக்குப் போகிற வழியை தடுத்தால் 54 பணம் அபராதம். வீட்டுக்குப்போகிற வழியைத் தடுத்தால் 100 பணமும், மயானம் அல்லது கிராமத்துக்குப் போகிற வழியை தடைசெய்தால் 200 பணமும் அபராதமாகச் செலுத்த வேண்டும்.

கிராமத்தலைவருக்கு உதவவேண்டியது கிராமமக்களின் கடமை.

106
கடனை திரும்பப் பெறுதல்

மாதத்திற்கு ஒன்றேகால் பணம் என்பது நியாயமான வட்டி. மாதத்திற்கு ஐந்து பணம் வர்த்தக ரீதியான வட்டி. மாதம் இருபது பணம் என்பது கடல் வாணிபம் செய்பவரிடையே கொடுக்கப்படும் வட்டி. இந்த வட்டி விகிதங்களை மீறுகிறவர் தண்டனைக்குரியவர்.

தான் கடனாகக் கொடுத்ததைவிட நான்கு மடங்கு தொகைக்கு வழக்கு தொடுப்பவர் அந்த நியாயமற்ற தொகையைப்போல் நான்கு மடங்கு அபராதம் செலுத்தும் படியாகும்.

கடன்பட்டவர் இறந்து போனால் அவருடை பிள்ளைகள் வட்டியோடு அசலைதிருப்பித்தரவேண்டும்.

கணவன் செலுத்த வேண்டிய கடனுக்காக மனைவியைப் பிடிக்கமுடியாது. ஆனால், மனைவியின் கடனுக்காக கணவனைப் பிடிக்க முடியும். குறைந்தது இரண்டு சாட்சிகளாவது இருந்தால்தான் எந்தக்கடன் பத்திரமும் செல்லுபடியாகும்.

107
தொழிலாளர் தொடர்பான விதிகள்

ஊதியம் பெற்றுக் கொண்ட ஒரு தொழிலாளி தான் செய்யவேண்டிய வேலையைப் புறக்கணித்தால் 12 பணம் அபராதம் செலுத்தும்படியாகும். விபத்தில் சிக்கிக் கொண்ட அல்லது பிணிவாய்ப்பட்ட தொழிலாளி கொஞ்சம் சலுகை

கோரலாம், அல்லது தனக்குப் பதிலாக வேறு பணியாளை அமர்த்தி வேலையை முடித்துக் கொடுக்கலாம். தாமதம் காரணமாக தன்னுடைய முதலாளிக்கு இழப்பை ஏற்படுத்துகிறவர் கூடுதல்வேலை செய்து அந்த இழப்பை ஈடுகட்டலாம்.

முதலாளியின் அனுமதியின்றி வேலையை முடிக்காமல் தொழிலாளி வெளிச்செல்ல முடியாது. வேலையிடத்தில் இருந்து எந்தப் பொருளையும் எடுத்துச் செல்லக் கூடாது.

108
விற்பனை தொடர்பாக

குறைபாடுள்ள வணிகப்பொருளை விற்பவர் தண்டிக்கப்படுவார். பொருளுக்கான தொகையைப் பெற்றுக் கொண்டும், பொருளைத் தர மறுக்கிற வியாபாரி **12** பணம் அபராதம் செலுத்தும்படியாகும். வியாபாரி தன்னுடைய விற்பனையை ரத்து செய்ய ஒரு ராத்திரியும், விவசாயிதன்னுடைய விற்பனையை ரத்து செய்ய மூன்று ராத்திரிகளும், மந்தை மேய்ப்பவன் ஐந்து ராத்திரிகளும் கால அவகாசம் உண்டு. விலைமதிப்புள்ள பொருள்களின் விற்பனை அல்லது பண்டமாற்று வியாபாரத்தில் ரத்து செய்ய ஏழு ராத்திரிகள் அவகாசம் தரப்படும்.

109
கொள்ளையிடுதல்

ஒரு பொருளை ஒருவரிடம் இருந்துநேரடியாகப் பறிப்பது சாகசம். மறைமுகமாகக் கவர்வது திருட்டு.

அதிக பெறுமானமற்ற பூ, பழம், காய்கறிகளைக் களவாடினால் **12 - 24** பணம் அபராதமாக விதிக்கப்பெறும்.

விலை மதிப்புள்ள பொருளைக் களவாடினால் அபராதத்தொகை 24 - 96 பண அளவில் இருக்கும்.

110

அவதூறு

பழித்துப்பேசுவது, அவமதிக்கும் வார்த்தைகளை பிரயோகிப்பது, பயமுறுத்துவது போன்றவை ஒருவரை அவதூறு செய்வது ஆகும். நிந்திக்கப்பட்டவர் உயர் குலத்தவராயின் அபராதம் இரட்டிப்பாகிவிடும். அதுவே தாழ்ந்த குலத்தவராயின் அபராதத் தொகை பாதியாக்கப்படும். அடுத்தவர் மனைவியைப் பழித்தால் அபராதம் இருமடங்கு. கவனக்குறைவாகவோ, போதையிலோ இகழ்ந்து பேசினால் அபராதம் பாதிதான்.

111

தாக்குதல்

தொடுவது, அடிப்பது, காயப்படுத்துவது தாக்குதல் ஆகும். ஒருவர் அடுத்தவருடைய சரீரத்தில் தொப்புள் பகுதிக்குக் கீழ் கையினால் தொட்டாலும், சேறு, சாம்பல் அல்லது புழுதியால் அசுத்தப்படுத்தினாலும் அவருக்கு 3 பணம் அபராதம். அதே காரியத்தைக் கால் கொண்டு செய்தால் 6 பணமும், எச்சல், சிறுநீர் போன்ற அசங்கியங்களைப் பயன்படுத்தினால் 12 பணமும் அபராதமாக விதிக்கப்படும். அதே குற்றங்களை தொப்புளுக்கு மேலுள்ள உடம்பில் செய்தால் அபராதத் தொகை இருமடங்காக்கப்படும். அதுவே தலைப்பகுதியில் என்றால் நான்கு மடங்கு அபராதம்.

112
திடீர் மரணம்

திடீரென்று மரணித்தவர் உடம்பை எண்ணெய்பூசி பரிசோதிப்பார்கள்.

கண்கள் வெறித்திருக்க, கைகால் வீக்கத்துடன், உடம்பில் சிறுநீர் சளிக்கறையுடன், கழுத்தில் கயிற்றுக் குறியுடன் ஒருவர் இறந்திருந்தால் அவர் மூச்சைத் திணறடித்து யாரோ கொன்றிருப்பார்கள் என்பது தெளிவு.

சவத்தின் கைகளும், தொடைகளும் சுருங்கியிருக்குமாயின் அந்த நபர் தூக்கில் கொல்லப்பட்டிருப்பார் என்று கொள்ளலாம்.

கைகளும், கால்களும், வயிற்றுப்பகுதியும் வீக்கமுற்று, கண்கள் குழிவுற்றுக் கிடந்தாலும் தூக்கில் ஏற்பட்ட மரணமாகத்தான் இருக்கும்.

கண்களும், மலக்குடலும் விறைப்பாகி, பற்களிடையே நாக்கு துருத்தியபடி, வயிறு வீங்கிக் காணப்பட்டால் தண்ணீரில் மூழ்கடிக்கப்பட்டிருக்க வேண்டும்.

உறுப்புகள் உடைந்து, காயமுற்று, இரத்தத்தில் சொதசொதத்து காணப்பட்டால் கயிறு, கம்பு கொண்டு கொலை செய்திருப்பதாகக் கொள்ளவும்.

கை, கால், நகங்கள் கருநிறமுற்று, முடி உதிர்ந்து, சதை குறைந்து, முகத்தில் நுரை தள்ளி, உமிழ்நீர் வடியக் காணப்பட்டால் இறந்தவர் நஞ்சு வைத்துக் கொல்லப்பட்டார் என்பது உறுதி.

113

சிறையில்

சிறைக் கண்காணிப்பாளர் ஒருவரை காரணமின்றி சிறையில் வைத்திருந்தால் அவருக்கு 24 பணம் அபராதம் விதிக்கப்படும். நியாயமற்ற விதத்தில் சித்ரவதை செய்தால் 48 பணம் அபராதமாகும். சிறைஅதிகாரி கற்பழிப்பு செய்தால் அதற்குக் கடுமையான தண்டனை உண்டு.

114

அங்கஹீனம் செய்தல்

அரசுப் பணியாளர் ஜேப்படி செய்தால் அவருடைய விரல்கள் வெட்டப்படும் (அல்லது 54 பணம் அபராதம்). இரண்டாவது முறையும் அதேகுற்றத்தை செய்தால் அவருடைய வலது கை துணிக்கப்படும் (அல்லது 400 பணம் அபராதம்).

கோட்டைக்குள் அனுமதியின்றி நுழைந்தாலும், அல்லது கன்னமிட்டு உள்நுழைந்து பொக்கிஷத்திலிருந்து பொருளை எடுத்துச் சென்றாலும் தலைதுண்டிக்கப்படும் (அல்லது 200 பணம் அபராதம்.)

கைப்புரட்டு வேலை செய்கிற சூதாடிக்கு கை துணிக்கப்படும் (அல்லது 400 பணம் அபராதம்.)

விபச்சாரத்தில் ஈடுபடுகிற பெண்ணின் காதும், மூக்கும் துணிக்கப்படும் (அல்லது 500 பணம் அபராதம்).

மனிதர்களைக் கடத்துகிறவரும, கடவுள் சிலைகளைத் திருடிச் செல்கிறவரும் அடுத்தவர் வீட்டை, நிலத்தை ஆக்ரமித்துக் கொள்கிறவரும் தலையை இழக்க நேரிடும் (அல்லது அதிகபட்ச அபராதம் செலுத்த வேண்டி இருக்கும்.)

சமூக அந்தஸ்து, குற்றத்தின் இயல்பு, காரணம் போன்ற அம்சங்களைக் கணக்கில் கொண்டு தண்டனை கூடுதலாக்கப்படும், அல்லது குறைக்கப்படும்.

115
மரண தண்டனை

சண்டையில் ஒருவரை மற்றவர் கொன்றுவிட்டால் அவர் சாகும்வரை சித்ரவதை செய்யப்படுவார். சண்டையில் காயமுற்றவர் ஏழு நாளிலோ, பதினைந்து நாளிலோ ஒரு மாதத்திலோ இறந்து விட்டால் தாக்கியவர் 500 பணம் அபராதம் செலுத்த வேண்டும். அத்துடன் உயிர் துறந்தவரின் குடும்பத்துக்கு ஒரு கணிசமான தொகையை நஷ்டஈடாகத் தரவேண்டும்.

ஒருவர் ஆயுதத்தால் தாக்கி மற்றவர் உடனே மரணமுற்றால் தாக்கியவருக்கு மரண தண்டனை வழங்கப்படும்.

ஆணையோ பெண்ணையோ கொடூரமான முறையில் சாகடிக்கிறவர், அடிக்கடி விபச்சாரியிடம் போகிறவர், தவறான வதந்திகளைப் பரப்புகிறவர், பயணிகளை வழிமறித்துத் தாக்குகிறவர், அரசனுக்குச் சொந்தமான குதிரை அல்லது வாகனத்தைக் களவு செய்கிறவர் - இவர்களுக்கெல்லாம் தூக்குத் தண்டனை வழங்க வேண்டும்.

அரசனின் உரிமைப் பொருளான நாட்டுக்கு குறிவைக்கிறவரும், அந்தப்புரத்தில் நுழைகிறவரும், பகைவரைத் தூண்டிவிடுகிறவரும் தலைமுதல் கால் வரை உயிரோடு எரிக்கப்படுவார்கள்.

அடுத்தவருக்கு நஞ்சிடுகிறவரும், அடுத்தவர் பொருளுக்குத் தீயிடுகிறவரும் அடுத்தவரை அங்கஹீனம் செய்கிறவரும்,

கணவனைக் கொல்கிற மனைவியும் எருதுகளால் கிழித்துக் கொல்லப்படுவார்கள்.

அரசனை அவமதிப்பவரும், அரசவைக்குத் துரோகம் இழைப்பவரும் நாக்கு துண்டிக்கப்படுவார்கள். ஆயுதங்களைத் திருடுகிறவர் அம்பெய்து கொல்லப்படுவார்.

தன்னுடைய இனத்தைச் சேர்ந்த பருவமடையாத பெண்ணைக் கற்பழிக்கிறவனுக்கு கைகள் துண்டிக்கப்படும் (அல்லது 400 பணம் அபராதம்). அந்தப் பெண் சாக நேர்ந்தால் குற்றம் செய்தவனின் உயிர் பறிக்கப்படும்.

எந்த ஒரு ஆடவனும் ஒரு பெண்ணுடைய சம்மதமின்றி அவளுடன் உடலுறவு வைத்துக் கொள்ள முடியாது.

ராணியுடன் சம்பந்தப்படுகிறவன் உயிரோடு கொளுத்தப்பட வேண்டும். சந்நியாசினியுடன் சம்போகம் செய்கிறவன் 24 பணம் அபராதம் செலுத்த வேண்டும். சந்நியாசினியும் அதே தொகை அபராதமாக செலுத்த வேண்டும். விபச்சாரியை நிர்ப்பந்தித்து உறவு கொள்கிறவன் 12 பணம் அபராதம் செலுத்தியாக வேண்டும்.

116
வெற்றி முகம்

கொள்கைகள் ஆறு:

அவை - சில வாக்குறுதிகளுடன் உடன்படிக்கை செய்து கொள்வது சமாதானம். எதிர்ப்பை வெளிப்படுத்துவது போர். பாரபட்சமின்றி இருப்பது நடுவு நிலைமை. பாதுகாப்பை அடுத்தவரிடம் தேடுவது உடன்பாடு, முன்னேற்பாடுகள் செய்வது படை நடத்துதலுக்கு. ஒருவருடன் சமாதானமாகி இன்னொருவருடன் போர் புரிவது இரட்டைக் கொள்கை ஆகும்.

அரசன் - தன்னைவிட உயர்ந்தவர்களிடமும் தனக்குச் சமதையானவர்களிடமும் சமாதானம் செய்து கொள்ள வேண்டும். தன்னிலும் தாழ்ந்தோரைத் தாக்கி, அவர்கள் பணிந்ததும் அவர்களுடன் சமாதானமாகலாம்.

தம்மிலும் பலவீனமான அரசர்களை பரிசுகள் வழங்கி தம் பக்கம் ஈர்த்துக் கொள்ளலாம். தம்மிலும் பலம் பொருந்திய பகைவரை கருத்து வேறுபாடுகளால் கவிழ்க்கலாம். அண்டை நாட்டு அரசனையோ, ஒரு பயங்கரமான தலைவனையோ, பகைவனின் குடும்பத்தில் ஒருவனையோ தூண்டிவிடலாம்.

வெற்றி பெற்ற அரசன் தன்னால் கொல்லப்பட்ட அரசனின் நிலத்தையோ, உடைமைகளையோ, மனைவியரையோ அடைய ஆசைப்படுதல் கூடாது. கொல்லப்பட்ட அரசனின் உண்மையான வாரிசை அரசுக்குரியவனாக்குவதுதான் முறைமை.

117
படையெடுப்பு

அந்நிய நாட்டின் மீது படையெடுக்கும் அரசன் தன்னுடைய பலத்தோடு பலவீனத்தையும் கணக்கிட வேண்டும். அவ்வாறே எதிரியின் பலம் மற்றும் பலவீனத்தை அவன் கணிப்பது அவசியம். வலிமை, இடம், காலம் கருத வேண்டும். எப்போது படை திரட்டுவது, எப்போது படை நடத்துவது, விளைவுகள், ஆள்பொருள் இழப்புகள், ஆதாயங்கள், அபாயங்கள் இவற்றை ஆராய்ந்து பார்ப்பது முக்கியம். முடிந்தால் முழு வேகத்துடன் முன்னேற வேண்டும், இல்லையேல் அமைதியாக இருந்துவிட வேண்டும்.

உற்சாகமா, பலமா என்று பார்க்கும்போது பலத்துக்குத்தான் முதலிடம் என்கிறார் கௌடில்யர்.

118
அபாயங்கள்

உள்நாட்டு தூண்டுதலுடன் வெளியில் இருந்து வரும் அபாயம், வெளிநாட்டு தூண்டுதலின்பேரில் உள்நாட்டில் தோன்றும் அபாயம், வெளியார் தூண்டுதலில் வெளியில் தோன்றும் அபாயம், உள்நாட்டவர் தூண்டுதலில் உள்நாட்டில் தோன்றும் அபாயம் என நான்கு வகை.

வில்லாளியின் அம்பு ஒருவரைக் கொல்லும், கொல்லாது போகும். ஆனால், புத்திசாலிகளால் நன்கு ஆராய்ந்து செய்யப்பட்ட சதி கருவில் உள்ள உயிரையும் அழித்துவிடும். எனவே அவர்களை பகைத்தல் ஆகாது!

உறவுகள் மேம்பட...

குடும்பத்திலும் சரி, அலுவலகத்திலும் சரி, மனித உறவுகளில் விரிசல்கள் ஏற்படாமல் இருக்கவும், ஏற்பட்ட விரிசல்கள் மேலும் பெரிதாகாமல் இருக்க:

- நானே பெரியவன், நானே சிறந்தவன் என்ற அகந்தையை (Ego) விடுங்கள்
- அர்த்தமில்லாமலும் பின்விளைவு அறியாமலும் பேசிக் கொண்டேயிருப்பதை விடுங்கள். (Loose Talk)
- எந்த விஷயத்தையும் பிரச்சனையையும் நாசுக்காக கையாளுங்கள். (Diplomacy) விட்டுக் கொடுங்கள் (Compromise)
- சில நேரங்களில் சில சங்கடங்களைச் சகித்துத்தான் ஆக வேண்டும் என்பதை உணருங்கள் (Tolerance)
- எல்லோரிடத்திலும் எல்லா விஷயங்களையும், அவர்களுக்கு சம்பந்தம் உண்டோ, இல்லையோ சொல்லிக் கொண்டிருக்காதீர்கள்.
- உங்கள் கருத்துக்களில் உடும்புப் பிடியாய் இல்லாமல், கொஞ்சம் தளர்த்திக் கொள்ளுங்கள். (Flexibility)
- மற்றவர்களுக்குரிய மரியாதையை காட்டவும், இனிய, இதமான சொற்களைப் பயன்படுத்தவும் தவறாதீர்கள். (Courtesy)
- புன்முறுவல் காட்டவும், சிற்சில அன்புச் சொற்களை சொல்லவும்கூட நேரமில்லாதது போல் நடந்து கொள்ளாதீர்கள்.
- பிரச்சனைகள் ஏற்படும் போது அடுத்தவர் முதலில் இறங்கி வர வேண்டும் என்று காத்திருக்காமல் நீங்களே பேச்சைத் துவக்க முன் வாருங்கள்.